நவீன அரபு இலக்கியம்

நவீன அரபு இலக்கியம்

எச். பீர்முஹம்மது

எதிர்
வெளியீடு

நவீன அரபு இலக்கியம்

ஆசிரியர்: எச். பீர்முஹம்மது

முதல் பதிப்பு: டிசம்பர் 2013

எதிர்வெளியீடு,
96, நியூ ஸ்கீம் ரோடு, பொள்ளாச்சி - 642002.
தொலைபேசி: 04259 - 226012, 98650 05084.

வடிவமைப்பு: ஜீவமணி

விலை: ரூ. 120

Naveena arabu ilakkiyam
Author: H. Peermohammed

First Edition: December 2013
Published by
Ethir Veliyedu, 96, New Scheme Road. Pollachi - 2.
email: ethirveliyedu@gmail.com
www.ethirveliyedu.in

Price: ₹ 120

நோபல் பரிசு பெற்ற
எகிப்திய எழுத்தாளர்
நகுப் மஹ்பூஸுக்கு

எச். பீர்முஹம்மது

வசிப்பது: வேலூர் மாவட்டம் ராணிப்பேட்டை, தொழில்: தோல் தொழிற்சாலையில் தகவல் தொழில்நுட்ப பிரிவில் நிர்வாகி, குடும்பம்: மனைவியும், இரண்டு குழந்தைகளும்.

எட்டாண்டுகள் வளைகுடா வாழ்க்கை, இலக்கிய மற்றும் அரசியல் விமர்சகராக 13 ஆண்டுகளாக எழுத்து உலகில் தொடர்ச்சியான இயக்கம். இலக்கியம், தத்துவம், வரலாறு மற்றும் அரசியல் சார்ந்த துறைகளில் வாசிப்பும், விமர்சனமும், அது தொடர்பான எழுத்தும். வெகுஜனப் பத்திரிகைகள், சிற்றிதழ்கள் மற்றும் இணையதளங்களில் தொடர்ந்து எழுதி வருகிறார். இவரது வலைத்தளம்: www.mohammedpeer.blogspot.com. பல்வேறு முக்கிய சமூக பிரச்சினைகள் எழும் தருணத்தில் எழுத்தாளர்களின் கூட்டறிக்கை முயற்சிகளை ஒருங்கிணைக்கும் பணிகளும் செய்கிறார். கீழைச்சிந்தனையாளர்கள் ஓர் அறிமுகம், குர்து தேசிய இனப் போராட்டம் ஓர் அறிமுகம் என்ற புத்தகங்களைத் தொடர்ந்து இந்நூல் வெளிவருகிறது.

உள்ளே...

1. பேரித்தம்பழங்கள் உதிர்ந்து விழுகின்றன 11
2. கவிதை ஒட்டகங்களுடன் நகர்ந்து செல்கின்றது
- அரபு இலக்கியங்கள் ஓர் அறிமுகம் 15
3. நவீன அரபு இலக்கியமும் இலக்கியத்தில் நவீன மரபும் 21
4. நகுப் அல் மக்பூஸ் அரபு இலக்கிய உலகின் மனசாட்சி 27
5. எகிப்தின் உருவம் நகுப் ஸுரூர் 34
6. தவ்பீக் ஹக்கீம் 39
7. ஒரு நகரமும் சாம்பலும்
எகிப்திய நாவலாசிரியர் யூசுப் இத்ரீஸ் 43
8. யாகூபின் கட்டிடம் தரும் நிழல்
எகிப்திய எழுத்தாளர் அலா அல் அஸ்வானி 47
9. சூரிய மனிதனின் நிழல் பிம்பம்
பாலஸ்தீன் எழுத்தாளர் ஹசன் ஹனபானி 51
10. ஷஹ்ராவும், மணற்காற்றும்
லெபனான் எழுத்தாளர் ஹனான் அல் ஷெய்க்........................ 56
11. ஹனான் அல் ஷெய்க்கின்
Stories of Zahra நாவலை முன்வைத்து 61
12. கருப்பு நிறத்தின் கூடுகையிலிருந்து
அரபு நாவலாசிரியர் தயிப் சாலிஹ் பற்றிய குறிப்புகள் 67
13. இடம்பெயர்ந்த மனிதர்கள்
அரபு நாவலாசிரியர் எலியாஸ் கவுர் 71
14. எலியாஸ் கவுர் நேர்காணல்........................ 76
15. இரவு பகல் என்ற இடைவெளியில் அரபு நாவலாசிரியர்
அப்துல் ரஹ்மான் அல் முனீப் ஓர் அறிமுகம்........................ 80

16. அப்துல் ரஹ்மான் அல் முனீப்
    நேர்காணல்கள்..86
17. எகிப்திய நாவலாசிரியர் அஹ்தாப் சுயைப்
    சில அறிமுக குறிப்புகள்....................................95
18. ரியாத்தின் பெண்களும் பெண்களின் ரியாத்தும்
    சவூதிய எழுத்தாளர் ரஜா அல் சானியா ஓர் அறிமுகம்.........101
19. ரியாத்தின் பெண்கள் - ரஜா அல் சானியாவுடன்
    அஸ்ரக் அல் அவ்சாத் நேர்காணல்........................106
20. தெருவில் நகர்கிறது சைக்கிள் -
    சவூதியின் பெண் திரைப்பட இயக்குநர்
    ஹைபா அல் மன்சூர் ஓர் அறிமுகம்........................111
21. அரபு கவிதையியல்
    அரபுக் கவிஞர் அதோனிஸ் ஓர் அறிமுகம்................115
22. மொழியின் வாழ்க்கை
    அதோனிஸுடன் ஒரு நேர்காணல்........................123
23. காத்திருந்த மரணத்தின் கால இடைவெளியில் -
    மஹ்மூத் தர்வீஷ் - இரு நூற்றாண்டு
    பாலஸ்தீன் கவிஞனின் நினைவு குறிப்புகள்..............128
24. மஹ்மூத் தர்வீஷ் கவிதைகள்...........................135
25. காலத்தை பின்னோக்கும் நிழல்
    சிரிய கவிஞர் நிசார் ஹப்பானி ஓர் அறிமுகம்.............139
26. சுருட்டப்படாத கவிதை
    சவூதி கவிஞர் நிம்மா அல் நவாப் ஓர் அறிமுகம்..........143
27. ஆன்மாவின் திரைச்சீலை
    நிம்மாவின் அநுபூத கவிதைகள்........................147
28. ஈராக்கின் மகோன்னத கவிஞர்
    அப்துல் வஹ்ஹாப் அல் பய்த்தீ...........................149
29. ஈராக் கவிஞர் நாசிக் அல் மலாய்க்கா...................155

பேரீத்தம்பழங்கள் உதிர்ந்து விழுகின்றன

ஓர் அகோன்னத தருணமிது. வாழ்க்கை சூறாவளியின் ஓட்டத்தில் சுமார் எட்டு ஆண்டுகள் என்னை பாலைவனத்தில் இருத்தி வைத்த காற்று வெளி தற்போது புதிய வடிவம் எடுத்திருக்கிறது. வாழ்வின் அகோன்னதங்களையும், வசந்தங்களையும் நோக்கி தன்னை நகர்த்திக்கொள்கிறது. ஆரவாரமற்ற தெருவில் ஒட்டகங்கள் அணிவகுக்கும் பாலைவனத்தின் தொடர் நிலபரப்பில் புதிய உன்னதங்கள் உருவாகின்றன. அவற்றின் தொடர்ச்சி ஓர் அறிவார்ந்த வெளியை உருவாக்குகிறது. இந்த தொடர்ச்சியான மரபிற்கு ஒரு வளமிக்க பாரம்பரியம் இருக்கிறது. காய்ந்து போன மூளைகள் என்ற மேற்கின் பகடியை அரபுலகம் இதன் மூலம் முறியடிக்கிறது. இலக்கிய படைப்பில் மிகப்பெரும் முயற்சிகளையும், பரிமாற்றங்களையும் செய்தவர்கள் அரபு இலக்கியவாதிகள்.

> *"எந்த ஓர் எழுத்தாளரும் எந்தச் சூழ்நிலையில் இருந்தாலும், தன் தொழிலின் உன்னதத்துக்கு அடித்தளமான இரண்டு பொறுப்புகளை அதாவது, உண்மைக்கும் சுதந்திரத்துக்கும் மட்டுமே சேவைசெய்வது என்ற பொறுப்புகளை - கட்டாயமாக ஏற்றுக்கொள்ளும் பட்சத்தில் அவருடைய எழுத்தை ஏற்றுக்கொள்ளும் துடிப்புள்ள ஒரு சமூகத்தை அவருடைய வாழ்நாளிலேயே அவரால் காண முடியும்."*

நோபல் பரிசு ஏற்புரையில் புகழ்பெற்ற பிரெஞ்சு எழுத்தாளர் ஆல்பர்ட் காம்யு மேற்கண்டவாறு குறிப்பிட்டார். மேற்கண்ட கருதுகோள்களை பல அரபு எழுத்தாளர்கள் தங்கள் வாழ்நாளில் கடைபிடித்தனர். மத அடிப்படைவாதம், வெறி, பயங்கர வாதம், அமைதியின்மை, அந்நிய ஆக்கிரமிப்பு போன்ற பல அம்சங்கள் பற்றிய நுண்ணுணர்வோடு அரபு எழுத்தாளர்கள் பலர் தங்கள் எழுத்துப்பயணத்தை தொடர்ந்தனர். குறிப்பாக நோபல் பரிசு பெற்ற எகிப்திய எழுத்தாளரான நகுப் மஹ்பூஸ் தன் லட்சிய பயணத்தில் பல நெருக்கடிகளை எதிர்கொண்டார். அரபு பயங்கரவாத

அமைப்புகளிடமிருந்து அவருக்கு மிரட்டல்கள் வந்தன. ஒரு கட்டத்தில் எகிப்தின் ஸலபி என்ற வஹ்ஹாபிய அமைப்பை சேர்ந்த ஒருவரால் கத்தியால் குத்தப்பட்டார். இதனால் அவருக்கு கழுத்துப்பகுதியில் பலத்த காயம் ஏற்பட்டது. இதனைத்தொடர்ந்து நகுபிற்கு முழுநேர போலீஸ் பாதுகாப்பு போடப்பட்டது. இதுபோன்ற பல துன்பியல் நிகழ்வுகள் அரபு எழுத்தாளர்கள் பலரின் வாழ்வில் நடந்திருக்கின்றன. பிறப்பால் சவூதியும், அரபுலகின் தலைசிறந்த நாவலாசிரியருமான அப்துல் ரஹ்மான் அல் முனீப் அவரின் நாவல் ஒன்றின் காரணமாக சவூதி அரேபியாவிலிருந்து நாடுகடத்தப்பட்டார். இப்படியான பல உதாரணங்களை நாம் குறிப்பிட முடியும். அரபுலக வாழ்வின் சகல நெருக்கடிகளையும், மகிழ்வுகளையும் ஒருசேர எதிர்கொண்டனர் அரபு படைப்பாளிகள்.

நவீன அரபு இலக்கியம் குறித்த இந்த தொகுப்பில் அரபு எழுத்தாளர்கள் பத்துக்கும் மேற்பட்டவர்கள் பற்றிய பதிவுகள் இருக்கின்றன. நகுப் மஹ்பூஸ், நகுப் சுரூர், தவ்பீக் ஹக்கீம், யூசுப் இத்ரீஸ், எலியாஸ் கவுர், அப்துல் ரஹ்மான் அல் முனீப், ஹனான் அல் ஷெய்க், மஹ்மூத் தர்வீஷ், ரஜா அல் சானியா, ஹசன் ஹனபானி, ஆலா அல் அஸ்வானி போன்ற பத்துக்கும் மேற்பட்ட அரபு எழுத்தாளர்கள் குறித்த குறிப்புகள், அவர்களின் படைப்புகள் பற்றிய மதிப்பீடுகள், நேர்காணல்கள் போன்றவை இதில் இடம்பெற்றிருக்கின்றன. இதில் பெரும்பாலான கட்டுரைகள் தமிழின் முக்கிய இலக்கிய இதழ்களில் வெளிவந்தவை. சில கட்டுரைகள் இப்படியான அறிமுக தொகுப்பிற்காக எழுதப்பட்டவை. தமிழ்ச் சூழலில் ஏற்பட்டிருக்கும் இயல்பான ஒரு வெற்றிடம் நிரப்பப்பட வேண்டும் என்பதே இதன் நோக்கம். பூமிப்பந்தின் எல்லா பிரதேசங்களின் இலக்கிய படைப்புகளும் தமிழுக்கு அறிமுகமாக வேண்டும் என்பதே சிறந்த இலக்கிய செயல்பாடாக இருக்க முடியும். அவ்வகையில் இத்தொகுப்பு ஒரு சிறிய பங்களிப்பாக இருக்கும் என்று நினைக்கிறேன். இன்னும் அதன் பயணங்கள் எல்லையற்று விரிவடைகின்றன.

நவீன அரபு இலக்கியம் தொகுப்பு உருவாகும் நேரத்தில் பலரை நினைவு கூறுகின்றேன். மஹ்மூத் தர்வீஷ் பற்றிய கட்டுரை உருவாகிய நேரத்தில் என்னை இது குறித்து அதிகம் எழுத உற்சாகமூட்டிய கவிஞர் சுகுமாரன், கோவை ஞானி, மனோன்மணி, நண்பர் ஜமாலன், ஆபிதீன், ஜாஹீர் உசேன் (சென்னை பல்கலைக்கழகம்) ஆம்பூர் நதீம் ஆகியோர் நன்றிக்குரியவர்கள். மேலும் இதன் கட்டுரைகளை வெளியிட்ட உன்னதம், தீராநதி, இனிய உதயம்,

காக்கைச்சிறகினிலே, உயிர்மை, வார்த்தை, 361 டிகிரி, வெய்யில்நதி, புது எழுத்து, தி இந்து ஆகிய இதழ்களுக்கும் நன்றி. என் தனிப்பட்ட வாழ்க்கையில், என் எழுத்துப் பயணத்தில் என்னோடு இயைந்து, இணைந்து செயல்படும் உற்ற வாழ்க்கை தோழி ஜாஸ்மின், என் செல்லக்குழந்தைகள் தாரிக் மற்றும் நிலா ஆகியோரும் நன்றிக்குரியவர்கள். எல்லாவற்றிற்கும் மேலாக இத்தொகுப்பை மனமுவந்து வெளியிட முன்வந்த எதிர் வெளியீட்டின் நண்பர் அனுஷ்கான் மிகுந்த நன்றிக்குரியவர். இன்னும் பல புதிய முயற்சிகளோடு மீண்டும் வாசகர்களோடு உரையாடுகிறேன்...

11.11.2013 **எச். பீர்முஹம்மது**

வாலாஜா பேட்டை

கவிதை ஒட்டகங்களுடன் நகர்ந்து செல்கின்றது - அரபு இலக்கியங்கள் ஓர் அறிமுகம்

வெப்பத்தை தணிக்க மறுக்கிற சூரியனின் ஒளிக்கீற்றை முன்னோக்கி நகர்த்திக் கொண்டு ஒட்டகங்கள் அதன் போக்கில் செல்கின்றன. திடீரென சூழ்ந்து கொள்ளும் புகை மாதிரி மணல் துகள்கள் ஒட்டகங்களை சூழ்ந்து கொள்கின்றன. அவை கடந்த தூரம் ஆரவாரமற்ற தெருக்களின் கூட்டுத்தொகையாக இருந்தது. அதன் ஒவ்வொரு அடியும் கவிதைக்கான வார்த்தையை வரைந்து விட்டுச் சென்றது. ஒட்டகம் கோதிவிட்ட ஒவ்வொரு மணல் கூட்டமும் கடல் அலையை மறு உருவாக்கம் செய்தது.

அரபு இலக்கியத்தின் வேர் என்பது இனக்குழு சமூகத்தின் வாழ்நிலையோடு இணைந்தது. அவர்கள் தினசரி செயல் நிகழ்வுகள், மற்ற இனத்தாருடனான போர் மற்றும் உணவு தேடல் இவற்றுடன் நிகழ்கிறது. அரபு இலக்கியம் சுமார் நான்காம் நூற்றாண்டிலிருந்து ஏழாம் நூற்றாண்டு வரை ஹாசிதா என்ற செய்யுள் முறையாக அறியப்படுகிறது. அம்ருல் கைஸ், அன்தாரா, மற்றும் சுகைர் ஆகியோர் இந்த வகைப்பாட்டிற்குள் வரக்கூடியவர்கள். இவர்களின் படைப்புகள் அக்காலகட்டத்து பழங்குடி மக்களின் வாழ்க்கை முறையியலோடு இயைந்திருந்தது. ஒரு சூழலில் இவர்கள் அக்காலத்து வரலாற்றாசிரியர்களாக, தொன்மங்களின் சார்பியலாளர்களாக, மொழியில் புதிய சொற்களை உருவாக்கும் வல்லுநர்களாக இருந்தனர். அதன் பிறகு அரபுச்சூழலில் இஸ்லாம் வந்து விடுகிறது. அது குர்ஆன் என்ற புதிய மொழி வடிவத்திற்கு வழி திறந்தது. ஏழாம் நூற்றாண்டு குர்ஆனின் வருகையானது அரபு செய்யுள் வடிவத்திற்கு புதிய வடிவத்தை கொடுத்தது. அதன் நீண்ட வசனங்கள் அரபு கவிதை உருவாக்கத்திற்கான வாசலை தள்ளிவிட்டது. அதன் பிறகான உமய்யத் ஆட்சியில் தான் அரபு கவிதை நவ வடிவத்திற்கு திரும்பியது. அல் அஹ்தால் மற்றும் அல் பர்சாக் மற்றும் அபு நிவாஸ் ஆகியோர் அதற்கு உயிர்

கொடுத்தார்கள். இவர்களில் அபுநிவாஸ் பரவலாக அறியப்பட்ட உருவமாக இருக்கிறார். அரபு இலக்கியத்திற்கான தீர்க்கமான வடிவத்தை கொணர்ந்தவர். தன்னுடைய கவிதைகளில் இஸ்லாத்தின் அடிப்படையான விதியொழுங்குகளை மீறியவர். குறிப்பாக குடித்தல், ஓரின சேர்க்கை மற்றும் சுய இன்பம் குறித்து அதிகம் எழுதியவர். இதற்காக அன்றைய கலீபாவான ஹாரூன் அல் ரஷீதால் நாடு கடத்தப்பட்டார் கலீபாவின் மரணத்திற்கு பின்னர் அபு நிவாஸ் ஈராக்கிற்கு திரும்பினார். அடுத்த கலீபாவான அல் அமீன் தன் தந்தையை போல் மரபான அடிப்படையாளராக இல்லாமல் வித்தியாச மனோபாவத்தில் இருந்தார். இவரின் உதவியோடு அபு நிவாஸ் தொடர்ந்து எழுதினார். இது அவரை அக்காலகட்டத்தின் தரிசியாக மாற்றியது. அன்றைய காலகட்டத்தில் அரபு மொழியானது விஞ்ஞானம் மற்றும் தத்துவ துறைக்கான முன்னோக்கு ஊர்தியாக இருந்தது. கிரேக்க, பஹ்லவி, லத்தீன் மற்றும் சமஸ்கிருத மொழிகளில் இருந்து ஏராளமான இலக்கியங்கள் அரபு மொழிக்கு மொழிமாற்றம் செய்யப்பட்டன. இதன் நீட்சியில் அரபு மொழியானது உலக கலாசாரங்களுடான பரிமாற்ற ஊடகமாக மாறியது. இஸ்லாத்தோடு மட்டுமே குறுக்கப்பட்டு வந்த அரபு மொழி எல்லா திசைகளிலும் வேர் பதிக்க தொடங்கியது. இந்த காலகட்டத்தில் இப்னுல் முஹக்கா முக்கியமானவர். அவர் சமஸ்கிருதத்திலிருந்து புராண கதைகளை அரபு மொழிக்கு மாற்றம் செய்தார். சமஸ்கிருதம் போன்ற இந்திய மொழிகளுக்கும் அரபி போன்ற செமிட்டிக் மொழிகளுக்கும் இடையே அநேக ஒத்த நிலை கூறுகள் உண்டு. இதுவே மொழிபெயர்ப்பிற்கான தூண்டலாக மாறியதென கருதலாம்.

இருபதாம் நூற்றாண்டு முந்தைய காலகட்டத்தில் அரபு கவிதையானது சரியாக பரிணமிக்காத வடிவ ஒழுங்கை கொண்டிருந்தது. உலகின் மொழிகள் எல்லாவற்றிலுமான கவிதைளின் தொடக்கமான ஒலி நயம் மற்றும் சொற்களின் சீரான பயணம், சொற்களை விரித்து செல்லுதல் ஆகிய அம்சங்கள் அரபிக் கவிதையிலும் நிரம்பியிருந்தன. புறாவின் சப்தம் மாதிரியான தொனி கவிதைகளை ஆக்கிரமித்திருந்தது. அது சஜ் என அறியப்பட்டிருந்தது. அல் கரிரி, அல் முத்னபி மற்றும் ஓமர் இப்னு அல் பாரிதா ஆகியோர் இந்த வரைக்கோட்டிற்குள் வந்தார்கள். அரபு, பார்சி மற்றும் உருது கவிதைகளின் மற்றுமொரு வடிவம் கஸல். இதனை இஸ்லாமின் அனுபூத மரபான சூபிகள் வளர்த்தார்கள். ரூமி, ராபியத்துல் அதவியா, கல்லாஜ் மன்சூர், அபு யஸ்திதுல் அல் பிஸ்தாமி ஆகியோர் குறிப்பிடத்தகுந்தவர்கள். மனம் என்ற சுய

பிம்ப நிலையிலிருந்து காதல் என்ற லௌகீக பிம்பத்தோடு ஓர் உரையாடலாக அவர்கள் இதனை மாற்றினர். கஸல் என்ற இந்த வடிவம் இன்று இசைத்துறையில் மிகுந்த ஆதிக்கம் செலுத்தி வருகிறது. (தமிழில் காதலர் தினம் என்ற திரைப்படத்தின் பாடல்கள் இதனை உள்வாங்கி கொண்டு வெளிவந்ததாகும்). அரபு இலக்கியத்தின் ஒளியூட்ட அம்சம் என்பது ஆயிரத்தோர் இரவுகள் கதையாகும். (Thousand and one nights). இது அரபு மற்றும் பாரசீகர்கள் இடையேயான வாணிப உறவுகளின் பிரதிபலிப்பாகும். அநேகமாக உலக மொழிகள் எல்லாவற்றிலும் மொழிபெயர்க்கப்பட்டிருக்கிறது. அரபு இலக்கியத்துக்கு உலக அளவில் அங்கீகார வடிவமாக இது மாறியது. தபரி, இப்னு கல்தூன், இப்னு பதூதா மற்றும் இப்னு அதிர் ஆகியோர் இக்காலகட்டத்து அரபி எழுத்தாளர்கள். இவர்களில் இப்னு கல்தூன் அக்காலகட்டத்து சிறந்த வரலாற்றாசிரியராக இருந்தார்.

அரபு கவிதையானது 13ஆம் நூற்றாண்டில் பாரசீக மற்றும் துருக்கி இலக்கியங்களின் எழுச்சி காரணமாக பின்னடைய தொடங்கியது. இதன் பிறகு ஆறு நூற்றாண்டுகள் இடைவெளியில் 19ஆம் நூற்றாண்டில் மீண்டும் எழத் தொடங்கியது. கடல் அலைகளின் நீட்சி மாதிரி நவ செவ்வியல் வடிவத்தை கொண்டதாக பரிணமிக்க தொடங்கியது. இதில் அக்காலகட்டத்து மேற்கத்திய இலக்கிய கோட்பாடுகளின் தாக்கமும் உண்டு. செய்த் அகில், அமீன் ரைஹான், ஜிப்ரான் கலீல் மற்றும் அல் சவ்கி போன்றவர்களின் கவிதைகள் ரொமாண்டிசம், சிம்பாலிசம் போன்றவற்றின் பிரதிபலிப்பாக இருந்தன. மேற்கின் நவீனத்துவ படைப்பாளிகளான வில்லியம் வேர்ட்ஸ் வர்த், ஷெல்லி, எஸ்ரா பவுண்ட், ராபர்ட் லோயல் மற்றும் எலியட் ஆகியோர்களை உள்வாங்கி கொண்ட ஒன்றாக அன்றைய அரபு படைப்பாளிகளின் படைப்புகள் இருந்தன. வெற்று உணர்ச்சிகளை மீறி கவிதைகளில் சுருங்கு தன்மையும், அநாமதேயமும் உருக்கொண்டன.

அமீன் ரைஹான் அரபு கவிதைகளை இக்கட்டத்தில் தாராள, வடிவ ஒழுங்கற்ற முறைக்கு உட்படுத்தினார். லெபனானில் பிறந்த அவர் அமெரிக்காவுக்கு புலம் பெயர்ந்து அமெரிக்க அரபு இலக்கிய ஒருங்கிணைவை ஏற்படுத்தினார். முதன் முதலாக ஆங்கிலத்தில் எழுதிய அரபு எழுத்தாளர் இவரே. இதே காலகட்டத்தில் தான் அரபு வெளியில் சிறுகதையும், நாவலும் அறிமுகமானது. இது மேற்கின் சாயலாக இருந்தது. முதல் நாவலாக முஹம்மது ஹுசைன் கைகலின் ஷைனப் வெளிவந்தது. அதன் பிறகு முஹம்மது தாஹிரின் அத்ரா

தென்சவி வெளிவந்தது. ஆங்கிலத்தில் அமீன் ரைஹான் Book of Khalid என்ற நாவலை வெளியிட்டார். இவை இரண்டும் அரபுலகில் நாவல் வடிவத்தின் சலனமாக இருந்தன. குடும்பம் என்ற நிறுவனத்தின் அன்றாட அசைவுகள் அதன் செயல் ஒழுங்குகள், அரசியல் மற்றும் சமூக சிக்கல்கள், சுய வாழ்வின் நெருக்கடிகள் இவற்றை கதையம்சமாக கொண்டு நாவலுக்கு நிரல் கோட்டை அவர்கள் வரைந்தார்கள். இருமுறை பாய முடியாத நதியின் சலனமாக அவை தொடர்ச்சியாக பரிணமித்தன. யஹ்யாஹக்கி, சோனல்லா இப்ராஹிம், அப்துல் ரஹ்மான் அல் முனீப், எலியார் கௌர், நாசர் இப்ராஹிம், காலித் உவைஸ், மஹ்மூத் சுகைர் மற்றும் நகுப் மஹ்பூஸ் ஆகியோர் இருபதாம் நூற்றாண்டு அரபு நாவல், சிறுகதை மரபில் முக்கியமானவர்கள். இவர்களில் அப்துல் ரஹ்மான் அல் முனீப் மற்றும் நகீப் மஹ்பூஸ் ஆகியோர் தன் நாவல்கள் மூலம் மேற்குலகின் கவனத்தை ஈர்த்தார்கள். நகுப் மஹ்பூஸின் மிடாக் குறுக்கு தெரு (Midaq alley) என்ற நாவல் நோபல் பரிசை அவருக்கு அளித்தது. அரபுலகில் முதன் முதலாக நோபல் பரிசு பெற்றவர் இவரே. கெய்ரோ நகரின் மிடாக் குறுக்கு தெருவின் கற்பனா வெளியில் பயணித்து அதை நெடித்தடுக்கும் கதை வெளியாக அது அமைந்தது. இவரை தொடர்ந்து தான் இலக்கிய வெளியில் மேற்கின் கவனம் அரபுலகின் மீது திரும்பியது. இவரின் மற்றொரு நாவல் சர்க்கரை தெரு. மேலும் அப்துல் ரஹ்மான் அல் முனிப்பின் உப்பு நகரம் (Cities of Salt) நாவல் மிகுந்த கவனம் பெற்ற ஒன்றாகும். சவூதி பாலைவனத்தின் ஒரு மூலையில் எண்ணெய் கண்டெடுக்கப்பட்ட பிறகான ஒரு பதூயீன் பழங்குடி குடும்பத்தின் இடப்பெயர்வை பற்றிய கதை அது. சவூதியும் அமெரிக்காவும் எண்ணெய் சுரண்டலில் எவ்வாறு கைகோர்த்தன அதன் காலனிய அரசியல் ஆகியவற்றை சக வாழ்வின் சித்தரிப்போடு ஒத்ததிர்வு கொண்ட ஆழமான உணர்ச்சியோடு ஊர்ந்து செல்லும் நாவல் இது. அரச விரோத நாவல் என்று குற்றஞ்சாட்டப்பட்டு சவூதி அரசாங்கத்தினால் இது சிறிது காலம் தடை செய்யப்பட்டது. மேலும் சில அரபு நாடுகள் இதனை தடை செய்தன.

சமகால அரபு கவிஞர்களில் மஹ்மூத் தர்வீஸ், அதோனிஸ், ஜுமானா ஹத்தாத், ஹிசாம் ஹத்தாத், நசிக் அல் மலாய்க்கா, சாதி யூசுப், ஹசன் சக்தான், அப்துல் வஹ்ஹாப் அல் பைத்தி ஆகியோர் முக்கியமானவர்கள். இவர்களில் மஹ்மூத் தர்வீஸ் முன் வரிசையில் வருகிறார். பாலஸ்தீன் கவிஞரான இவரின் மறதிக்கான நினைவுகள், துரதிஷ்டவசமாக இது சொர்க்கம் மற்றும் ஆதாமின் இரு தோட்டங்கள் ஆகியவை பலராலும் கவனம்

பெற்ற தொகுப்புகளாகும். மறதிக்கான நினைவுகள் தொகுப்பில் கடந்து செல்லும் வார்த்தைகளுக்கு இடையே பயணிப்பவர்கள் என்ற கவிதை புலம் பெயரும் மனிதர்களின் உணர்வு நிலையை வெளிப்படுத்துவதாகும்.

"ஆகவே கடந்து செல்லும் நிலம்,
கடந்து செல்லும் கடல், அதன் கரை
கோதுமை, உப்பு, நம் காயங்கள்
வார்த்தை நம்மை கடந்து செல்கிறது."

பாலஸ்தீனியராக இருந்து கொண்டு புலம் பெயர்தலுக்கு உள்ளான இவரின் வாழ்நிலை நெருக்கடிகள் அவருக்கு இம்மாதிரியான படிம உணர்வை வெளிப்படுத்துகிறது. இவரை தொடர்ந்து அதோனிஸ் அரங்கில் வருகிறார். சிரியாவில் பிறந்த அதோனிஸ் நெருக்கடிகள் காரணமாக லெபனானுக்கு புலம் பெயர்ந்தவர். வாழ்வின் நெருக்கடிகள், புலம் பெயர் வாழ்வால் உருவாகும் மன இடைவெளி இவற்றை தன் கவிதைகளில் வெளிப்படுத்தியவர். இரவு மற்றும் பகலின் பக்கங்கள், கடல் மட்டுமே உறங்க முடிந்திருந்தால், ரோஜாவுக்கும் சாம்பலுக்கும் இடையேயான காலம் ஆகியவை முக்கிய தொகுப்புகள். அடுத்த நிலையில் ஈராக்கிய கவிஞரான நாசிக் அல் மலாய்க்கா முக்கியமானவர். ஈராக்கின் இலக்கிய பாரம்பரியமிக்க குடும்பத்தில் பிறந்த மலாய்க்காவின் கவிதை வெளி தனித்துவமானது.

இவரின் 'கடல் தன் நிறத்தை மாற்றிக்கொள்ளும் போது' தொகுப்பானது அரபு மற்றும் ஐரோப்பா முழுவதான கவனம் குறித்தது. வாழ்க்கையின் இயல்பான அந்நியப்பாடுகள் அது உருவாக்கும் தவிப்புகள் ஆகியவற்றை இவரது கவிதைகள் மொழிப்படுத்தின. சிறுகதை மற்றும் நாவல்களில் லெபனானிய நாவலாசிரியரான எலியாஸ் கௌஊர் தனக்கான தனித்துவத்தை கொண்டிருக்கிறார். அவரின் முதல் நாவல் வட்டத்தின் உறவுகள் மீது என்ற பெயரில் 1975ஆம் ஆண்டு வெளிவந்தது. இலக்கிய படைப்பு என்பதை மனித ஆன்மாவின் பிரதிபலிப்பாகவும், வாழ்க்கை முறையின் தோற்றமாகவும் காண்கிறார். படைப்பாளி ஒரு விதத்தில் சமூகத்தின் அலகாக இருக்கிறான். அது அவனின் வாழ்க்கை முறையியலும் கூட. பின் காலனிய சிந்தனையாளரான எட்வர்ட் செய்த்தின் நெருங்கிய நண்பராகவும் எலியாஸ் கௌஊரி இருந்தார். நடப்பு அரபு இலக்கியத்தின் தோற்ற பாவனை மற்றும் வெளிச்ச தெளிப்பாக எலியாஸ் கௌஊரி இருக்கிறார்.

அரபு இலக்கியத்தின் மற்றொரு பங்களிப்பு நாடகமாகும். பல்வேறு நாடகங்கள் இஸ்லாமிய அடிப்படைவாதத்திற்கு எதிரான நிலைபாட்டை காட்சிப்படுத்துபவை. மனிதனின் எல்லாவித நெருக்கடிகளும் அதிலுண்டு. இவர்களில் எகிப்திய நாடகாசிரியரான லெனின் எல் ரெம்லே முக்கியமானவர். அகஸ்தோபோவால் மாற்று அரங்கினை முன்வைப்பதற்கு முன்பே தன்னுடைய நாட்டில் அதனை செயல்படுத்தி காட்டியவர். இவரின் "அவர்கள் கழுதையை சுடுகிறார்கள்" "எல்லாம் நல்லது என்று நம்புவோம்", "ஆதாமும் ஏவாளும்" "நமக்கு ஒரு சித்திரம் தேவை" போன்ற நாடகங்கள் பார்வையாளர்கள் மத்தியில் மிகுந்த அதிர்வை ஏற்படுத்தியவை. சில நேரங்களில் எகிப்திய அரசாங்கம் இவரின் நாடகங்களை தடை செய்திருக்கிறது. மார்க்சியத்தின் மீது தாக்கமுற்ற இவர் தன் பெயரோடு லெனின் என்ற பகுதியை சேர்த்து கொண்டார். தாராளமயமாக்கல் எகிப்தை எவ்வாறு பாதிக்கிறது என்பதை பல்வேறு தருணங்களில் காட்சிப்படுத்தினார். அரபு கலாசாரம் எவ்வாறு அறிவு நிலை தேக்கமாக இருக்கிறது என்பதை திரை விலகல் காட்சிப்படுத்தியது. சராசரி அரபு மனிதன் இழந்து விட்ட ஒன்றை அடைவது எப்படி என்பதை வெளிப்படுத்தியும் காட்சிகள் இருந்தன. இவருடைய நாடகங்களில் பெரும்பாலானவை ஆங்கிலத்தில் மொழிபெயர்க்கப்பட்டிருக்கின்றன.

அரபு இலக்கியத்தை பொறுத்தவரை அதன் வரைகோடுகள் மிகவும் தெளிவானவை. அதிர்வுகள் நிரம்பியவை. மனித வாழ்வின் எல்லாவித சலனங்களும் அதிலுண்டு. சூபியின் ஆழ்மன தேடல் மற்றும் உள்முக போராட்டம், சக மனிதன் அன்றாட வாழ்வில் சந்திக்கும் சவால்கள் மற்றும் அவனின் இடப்பெயர்வு ஆகிய எல்லா புள்ளிகளாலும் அதன் கோடுகள் வரையப்பட்டிருக்கின்றன. ஹமதானி தொடங்கி நகுப் மஹ்பூஸ் மற்றும் எதிப் அத்னான் வரைக்கும் அது பரிணமித்து இருக்கிறது. இஸ்லாத்துக்கு முந்தைய அரேபிய பழங்குடி மக்களின் வாழ்க்கை சித்திரமாக தொடங்கிய அரபு இலக்கியவெளி நேர்கோட்டில் நகர்ந்து இன்னொரு உலகை நோக்கி நெறிபடுகிறது. இன்று 100க்கும் மேற்பட்ட நாவல்கள், கவிதை தொகுப்புகள், நாடகங்கள் ஆங்கிலத்தில் மொழிபெயர்க்கப்பட்டிருக்கின்றன. மொழிபெயர்ப்பின் மூலம் ஐரோப்பாவின் மிகுந்த கவனத்துக்கும் அரபு இலக்கியம் உட்பட்டிருக்கிறது. பாலைவனத்தின் ஒரு வழித்தடத்தில் ஒட்டகங்கள் அணிவகுத்து செல்லும் போது வார்த்தைகள் மணல் வெளியிலிருந்து அதன் வயிற்றின்மீது படர்ந்து செறிகின்றன.

நவீன அரபு இலக்கியமும் இலக்கியத்தில் நவீன மரபும்

நவீனம் என்ற சொல்லாடல் 18ஆம் நூற்றாண்டு ஐரோப்பாவிலிருந்து தொடங்குகிறது எனலாம். அதுவரை ஐரோப்பாவை ஆட்கொண்டிருந்த மரபார்ந்த கிறிஸ்தவ திருச்சபையின் கட்டுப்பாட்டிலிருந்து சமூக அரசியல் அதிகாரங்களை மீட்டெடுக்கும் முயற்சி தான் இதன் உருவாக்கம். அதிலிருந்து ஒரு புதிய சிந்தனை மரபு உருவாக வேண்டும் என்பது அதன் உள்ளகமாக இருந்தது. அக்காலகட்டத்தில் மேற்கில் அதிகாரம் செலுத்தி வந்த கிறிஸ்துவ திருச்சபைக்கு மாற்றாக ஒரு லௌகீகத்தனத்தை முன்வைத்தது நவீனத்துவம். மதசார்பின்மை, ஜனநாயகம், பகுத்தறிவு, சமதர்மம், குடியரசு, தேசியம் போன்ற சொல்லாடல்கள் அதன் தொடக்கத்திலிருந்து உருவாயின. மேற்கில் அறிவொளி காலம் (Enlightment) என்றழைக்கப்படும் இதன் சாராம்சம் புதிய லௌகீக கோட்பாடுகளை முன்னெடுப்பதில் அதிக ஆர்வம் செலுத்தியது. வெறுமனே கோட்பாடாக இருந்து விடாமல் நடைமுறை செயல்பாடுகளில் அதிக கவனம் செலுத்தியது. இதன் தொடர்ச்சியில் மேற்கின் இந்த லௌகீக கோட்பாடு கீழ்த்திசை நாடுகளிலும் செல்வாக்கு செலுத்தியது. அவை பெரும்பாலும் பிரிட்டனின் காலனியாதிக்கத்தில் இருந்தாலும் அவற்றை அடியாக்கமாக வைத்து மேற்கின் நவீன மரபை கொஞ்சமாக உள்வாங்கிக்கொள்ளத் தொடங்கின. நவீனம் என்பது ஒருகாலகட்டத்தின், ஒரு குறிப்பிட்ட பிரதேச எல்லைப்பாடு என்பதிலிருந்து உலகின் பெரும்பாலான பகுதிகளுக்கும் பரவத்தொடங்கியது. மேற்கில் எலியட், பவுண்ட், ராபர்ட் புரூஸ்ட், மில்டன், ஷெல்லி, வில்லியம் வேர்ட்ஸ் வொர்த், ரிச்சர்ட் அல்டிங்டன் போன்ற கவிஞர்களின் கவிதைகள் இலக்கியத்தில் உருவவாதத்தையும், பிம்பங்களையும் பிரதிபலித்தன. நவீனத்துவ கவிதைகள் முந்தைய மரபிலிருந்து துண்டிக்கப்பட்டு வித்தியாசமான

உருவகங்களையும், குறியீடுகளையும் பிரதிபலித்தன. மேலும் பிம்பவாதம் (Imageism) 1909ல் லண்டனில் ஆங்கில கவிஞர் டி.இ. ஹுல்ம் என்பவரால் முதன்முதலாக அறிமுகப்படுத்தப்பட்டது. பிரெஞ்சு இலக்கிய விமர்சகரான எப்.எஸ். பிளிண்ட் கவிதைகளில் இந்த சோதனை முயற்சியை முன்னெடுத்தார். இவரும் ஹுல்மும் நண்பர்கள். இருவரும் இணைந்து சக படைப்பாளிகளை சந்தித்து மரபார்ந்த கவிதை மொழியை உடைத்து புதிய வடிவில் கவிதை உருவாக வேண்டும் என்பதை முன்வைத்தனர். மேலும் நவீனத்துவ கவிஞரான எஸ்ரா பவுண்ட் மேற்கண்ட குழுவை கண்டறிந்து அவர்களின் கருத்துருவோடு ஒத்துப்போனார். மேலும் அல்டிங்டன், எச்.டி. போன்றவர்களை இணைத்துக்கொண்டு பிம்பவாத கவிதைகளை முன்னோக்கத் தொடங்கினார். அது பின்னாளில் தீவிர பிம்பங்களை கொண்ட கவிதை இயக்கமாக வளர்ந்தது. அந்த இயக்கம் பின்வரும் கூறுகளை கொண்டிருந்தது.

- பொருளின் நேரடியான அணுகுமுறை அது தன்னிலையாகவோ அல்லது புறநிலையாகவோ இருந்தாலும் சரி.
- முழுமுதல் வார்த்தைகள் என்பதே கிடையாது.
- ரிதத்தை பொறுத்தவரை இசையின் தொடர்ச்சியான கோர்வையாக இருக்க வேண்டும்.
- தன்னிலையின் பொருளை முழுமையாக விடுவித்தல்.
- சுதந்திர சொற்கள் கவிதைகளில் பயன்படுத்தப்படல்
- பொது பேச்சுமொழியை பயன்படுத்தல் மற்றும் சரியான வார்த்தைகளை கவிதையாக்கல்.

மேற்கண்ட அம்சங்களை நவீனத்துவ கவிதையின் தீர்மான சக்தியாக மாற்ற முடிவெடுத்து அதனை வெற்றிகரமாக செயல்படுத்தினர். அவர்கள் கூர்மையான மொழியையும், பிம்பத்தையும் கவிதைகளில் உட்புகுத்தினர். அவர்களின் செயல்பாடுகள் ஆங்கில இலக்கிய உலகில் இருபதாம் நூற்றாண்டின் கடைசி வரை பெரும் தாக்கத்தை செலுத்தின. சிறந்த கவிஞர்கள் உருவாயினர்.

நவீனத்துவ கவிதைகள் இவ்வாறாக நகர, அதற்கு இணையாக புனைவும் பயணித்தது. டி.எச். லாரன்ஸ், எர்னஸ்ட் ஹெமிங்வே, ஜோசப் ஹன்ராட், ஹரோல்ட் பின்ட், உல்ப் போன்ற புனைவு இலக்கியவாதிகள் சிறுகதை மற்றும் நாவல் ஆகியவற்றால் தங்களை முன்னிறுத்தனர். அவர்களின் படைப்புகள் நவீனத்துவத்தின் பல

வடிவங்களை உள்வாங்கியதாக இருந்தன. எதார்த்தவாத படைப்பு தன்மையும் இவர்களிடம் இருந்தது. கதைவெளியின் சாரமும், கதாபாத்திர கட்டமைப்பும் ஒருங்கிணைந்து பயணித்தன. மேற்கில் நவீனத்துவம் உருவாகி இலக்கியவெளியில் தன்னை நகர்த்தி வந்த வேளையில் தமிழில் ஆக்கபூர்வமான, தீவிர படைப்பு முயற்சிகள் சமகாலத்தில் நடந்தேறின. புதுமைபித்தன், மௌனி, வ.ரா, கு.பா. ரா, க.நா.சு, கரிச்சான்குஞ்சு, லா.சா.ரா, கு. அழகிரிசாமி, சி.சு. செல்லப்பா, ஜானகிராமன், ஜெயகாந்தன் போன்றோர் புனைவு வெளியில் சிறந்த முறையில் சஞ்சரித்தனர். எதார்த்தவாத மரபையும், நவீனத்துவ புனைவு மரபையும் ஒருங்கியைந்த தன்மையோடு இவர்களின் புனைவுவெளி அமைந்தது. அதே நேரத்தில் ந. பிச்சமூர்த்தி, சி. மணி, நகுலன், வைத்தீஸ்வரன் போன்றவர்கள் கவிதை வெளியில் தீவிரமாக இயங்கினர். நவீனத்துவ மரபை உள்வாங்கிய பல கவிதைகள் இவர்களிடமிருந்து வெளிவந்தன. தெளிவான உருவகங்களையும், பிம்பம் மற்றும் குறியீடுகள் இவற்றை தாங்கி பரிணமித்தன இவர்களின் கவிதைகள். தற்போது தமிழ்க்கவிதை மற்றும் புனைவுவெளி ஒரு தேர்ந்த பரிணாமத்தை அடைந்திருக்கிறது.

அரபு இலக்கியத்தில் நவீன மரபு என்பது மேற்கின் தாக்கத்தோடு உருவானது. அரபு இலக்கியத்தில் புனைவைவிட கவிதை தான் அதிக தூரத்தை கடந்தது. கி.பி. 4ஆம் நூற்றாண்டு வரலாற்று தொடர்ச்சியை கொண்டது அரபு கவிதை. அதன் செவ்வியல் மரபு பல்வேறு பரிணாமங்களை கடந்து மத்திய கிழக்கின் இலக்கிய உலகில் பயணம் செய்து வந்திருக்கிறது. அது பல்வேறு தொடர்ச்சிகளையும், நெளிவு சுழிவுகளையும் உட்கொண்டிருந்தது.

நவீன அரபு இலக்கியத்தை பொறுத்தவரை அதன் தொடக்கம் யார் என்று சரியாக கணிக்கமுடியாத நிலைமை இருக்கிறது. காரணம் ஒரே நேரத்தில் பல படைப்புகள் வெளியாகி இருக்கின்றன. சில விமர்சகர்கள் இதன் தொடக்கம் ஈராக் கவிஞர் நாசிக் அல் மலாய்க்கா தான் என்கின்றனர். அவரின் காலரா கவிதை தான் இதன் தொடக்கம் என்கின்றனர். இதில் கவிதையின் தெளிவான நடையும், அரபுக்கவிதையின் உட்கூறுகளும் ஒன்றாக நிரம்பியிருக்கிறது என்கின்றனர். வேறுசில விமர்சகர்கள் பத்ர் சஹிர் அல் ஷய்யிபின் 'இது காதலா'? என்ற கவிதை தான் நவீனத்தின் தொடக்கம் என்கின்றனர். மேற்கண்டவற்றை மனம் நகர்த்திக்கொண்டு வரும் வேளையில் இதே காலகட்டத்தில் உருவான பல கவிஞர்களும் நவீன அரபு இலக்கியத்தின் ஸ்தாபகர்கள் எனலாம். அல் பய்த்தி

(ஈராக்), புலண்ட அல் ஹய்தரி (ஈராக்), ஸலாஹ் அப்துல் ஸபூர் (எகிப்து), யூசுப் அல் காலில் (லெபனான்), பத்வா தவ்ஹான் (பாலஸ்தீன்), ஸல்மா ஜூவைஸி (பாலஸ்தீன்) போன்றவர்களை நாம் இந்த வரிசையில் குறிப்பிட முடியும்.

கவிதை அரபியில் ஷிஅர் என்று அழைக்கப்படுகிறது. இதன் பொருள் உணர்வு வெளிப்படுத்தல் அல்லது வெளிப்பாடு. அரபு இலக்கிய உலகில் நவீன கவிதையின் தேவை என்பது அகவய காரணிகளை தாண்டி, புறவய காரணிகளையும் உள்ளடக்கி இருக்கிறது. கவிதையின் அகவாசிப்பை பிரதிபலிக்கக்கூடிய பன்முகத் தன்மையையும் இவை உள்ளடக்கி இருந்தன. மரபான அரபுக் கவிதைகளுக்கு வெறுமனே சட்டகங்களோடு கூடிய அகவய நிலைபாடுகள் இருந்தன. ஆனால் நவீன அரபு கவிதை அதை தாண்டிய எழுச்சியான கவி மனநிலையை சார்ந்த அரசியல், சமூக மற்றும் கலாசார விஷயங்களை பிரதிபலித்தது. இருபதாம் நூற்றாண்டில் இடைப்பகுதியில் அரபுலகில் மேற்கண்ட தளங்களில் ஏற்பட்ட மாற்றங்களை உள்வாங்கியதாக நவீன கவிதை இருந்தது. பின்தங்கிய நிலைமை, எழுத்தறிவின்மை, வறுமை மற்றும் அறியாமை போன்றவை இதன் கருவாக இருந்தன. இவை அரபு கவிஞர்கள் மத்தியில் கவிதையின் உருவகமாக விலக்கப்பட்டிருந்த வடிவத்தை தாண்டி நவீன மொழியாக பிரதிபலித்தன. இது நேரடியாகவோ அல்லது மறைமுகமாகவோ அரபு இலக்கிய உலகில் சிறந்த கவிதை அனுபவத்தை கொடுத்தது. வாசகர்கள் இந்த நவீனத்தின் மூலம் தங்களின் பெருங்கனவு ஒன்று நிறைவேறிய மன திருப்தியில் இருந்தனர். மேலும் இந்த கவிஞர்களிடத்தில் அமெரிக்க, ஆங்கில, பிரெஞ்சு கவிஞர்களின் தாக்கம் அதிகம் இருந்தது. குறியீட்டுவாதியான போதெலேர், லப்ரோஜ், ரிம்பா, வேலரி, மல்லார்மே, எடித் சிற்வல், எமிலோவல் மற்றும் டெட் ஹக்ஸ் போன்றோரின் கவிதை அனுபவ தாக்கம் இருந்தது. இந்த மொத்த அனுபவம் நவீன அரபு கவிஞர்களிடத்தில் அரபு அல்லது ஆங்கிலம் என்ற இருமொழி கூறுகளை உள்ளடக்கி இருந்தது. இதில் சிலர் அவர்களின் பல்கலைகழக படிப்பை ஐரோப்பாவில் முடித்தனர். பழைய கவிதைகளின் யாப்பை உடைத்து வித்தியாசமான ஓசை நயத்தையும், வரிகளையும், உள்வரிகளையும் கொண்டு நவீன அரபு கவிதைகள் இயங்கின. இவை புதிய கருவிகளையும், எல்லா மனித மனங்களின் வலிகளையும் பிரதிபலித்தன. கிழக்கின் தத்துவார்த்த தொன்மங்களையும் சிலரின் கவிதைகள் உட்கொண்டிருந்தன. இதன் தொடர்ச்சியில் நவீன அரபு கவிதைகள் குறியியலையும், பிரதேச பின்புலத்தையும் ஒருங்கிணைத்தன. அதில் மௌனங்கள்,

வெற்றிடங்கள், நிலையாமை போன்ற உருவகங்கள் இருந்தன. மேலும் மரபான கவிஞர்களிடத்தில் இருந்த பிரதேச, இனக்குழு, மத, சமூக, மனோபாவம் போன்ற அம்சங்கள் இவர்களிடத்தில் இல்லை. அவற்றை மீறிய செயல்பாடே நவீன அரபுக்கவிதையின் சிறப்பம்சம். மேலும் இரண்டாம் உலகப்போர் அரபு இலக்கிய உலகில் மிகப்பெரும் மாற்றத்தை ஏற்படுத்தியது. மத்திய கிழக்கின் அரசியல், சமூக தளங்களில் மிகப்பெரும் தாக்கத்தை இந்த போர் ஏற்படுத்தியது. ரொமாண்டிச கவிதை முறையியலில் இருந்து குறியீட்டு கவிதைகளை நோக்கி நகர்வதற்கு இது முக்கிய காரணமாக இருந்தது. இதன் தொடர்ச்சியில் நடப்பு அரபுக்கவிதைகள் நவீனத்துவம் மற்றும் பின்நவீனத்துவம் ஆகியவற்றின் தொடர்ச்சியோடு நகர்ந்து கொண்டிருக்கிறது.

புனைவு இலக்கியத்தை பொறுத்தவரை அரபு எழுத்தாளர்கள் மிகப்பெரும் பங்களிப்பை தங்கள் படைப்புகள் மூலம் செய்திருக்கிறார்கள். அரபு புனைவு இலக்கிய மரபு 12 ஆம் நூற்றாண்டு காலத்திலேயே தொடங்கி விட்டது. இப்னு துபைல் எழுதிய Hayy ibn Yaqdhan அல்லது The Self-Taught Philosopher என்பது தான் வரலாற்றில் முதல் அரபு நாவல் என்றழைக்கப்படுகிறது. இது அடிப்படையில் தத்துவார்த்த நாவல். தர்க்க ரீதியான தத்துவ கேள்விகளை உள்ளடக்கிய கதை வெளியைக்கொண்டு எழுதப்பட்ட நாவல். இதனைத்தொடர்ந்து இப்னு நபிஸ் என்பவர் இந்த மரபை முன்னோக்கி நகர்த்தினார். மேலும் அரபு நாட்டார் கதைகள், வாய்மொழி மரபுகள் அதற்கு முன்னர் புகழ்பெற்றிருந்தன. அதுவே பிற்காலத்தில் ஆயிரத்தோரு அரேபிய இரவுகள் என்பதாக தொகுக்கப்பட்டு இன்றுவரை உலக அரங்கில் முன்னோக்கப்படுகிறது. நவீன அரபு புனைவிலக்கிய மரபிற்கு எகிப்து அதிகம் பங்களிப்பை செய்திருக்கிறது. தவ்பீக் ஹக்கீம், யூசுப் இத்ரீஸ், அப்பாஸ் அல் அஹ்ஹாத், நவ்வல் எ சதவி, ஹனான் அல் ஷெய்க், ஆலா அல் அஸ்வானி, முஹம்மத் ஹுசைன் ஹைகல், நகுப் மஹ்பூஸ் மற்றும் நகுப் ஸுரூர் ஆகியோர் இதன் பெரும் பங்களிப்பாளர்கள். மேலும் தய்யிப் சாலிஹ், அப்துல் ரஹ்மான் அல் முனீப், எலியாஸ் கவுர், யஹ்யா ஹக்கி, ஷோனல்லா இப்ராஹீம், ஹசன் ஹனபானி போன்றோர் மேற்கு அரேபிய பிரதேசங்களின் எழுத்தாளர்கள். மேற்கத்திய நவீன புனைவு மரபை உள்வாங்கிய அதே நிலையில் அரபுசெவ்வியல் கதைத்தனம் மற்றும் புனைவு மொழியை நவீன பரிணாமத்திற்கு உட்படுத்தியது இவர்களின் எழுத்து சாதனை. அரபு உள்நாட்டு போர், மதம், மொழிச்சூழல், கலாசார மோதல்கள், புலம்பெயர்வு, அந்நிய ஆக்கிரமிப்பு,

தனிமனித வாழ்வின் துயரங்கள், நெருக்கடிகள் போன்றவற்றை இவர்களின் கதைகளும், நாவல்களும் பிரதிபலித்தன. இன்றைய அரபுலக புரட்சியின் தொடர்ச்சியில் அதன் உள்ளிருந்து, புரட்சியின் குரூரத்தை ஆழ்மனப்படுத்திய புனைவாக்க முயற்சிகள் தற்போதைய அரபு புனைகதை மரபில் அதிகம் பிரதிபலிப்பதை காண முடிகிறது. எல்லாவித பிரதேச ஸ்திரமற்ற தன்மைக்கும், சர்வாதிகார அரசுகளுக்கு எதிரான மக்களின் கலகங்களுக்கும் மத்தியில் அற்புதமான படைப்புகள் அரபுலகிலிருந்து வெளிவந்து கொண்டிருக்கின்றன. சிறந்த வரலாற்று சமூக பின்புலத்தையும், அறிவு வளத்தையும் கொண்ட மத்திய கிழக்கு அரபுலகம் உலக இலக்கியத்திற்கு ஆகப்பெரும் பங்களிப்பை அளித்ததோடு மட்டுமல்லாமல் அதனை தொடர்ந்து தக்கவைத்துக் கொண்டிருக்கிறது.

நகுப் அல் மக்பூஸ்
அரபு இலக்கிய உலகின் மனசாட்சி

மத்திய கிழக்கின் வரலாற்றில் முதன்முறையாக நோபல் பரிசிற்கு தேர்ந்தெடுக்கப்பட்டவர் எகிப்திய அரபு எழுத்தாளர் நகுப் அல் மக்பூஸ். இதன் மூலம் அரபு இலக்கியத்தை உலகின் கவனத்திற்கு நகர்த்தியவர். அதன் உயிரோட்டமான படைப்புகளுக்கு உலக வாசகர் வட்டத்தில் பரவலான வரவேற்பு ஏற்படுவதற்கு காரணமாக இருந்தார் மஹ்பூஸ்.

வரலாற்று பாரம்பரியமும், அறிவார்ந்த வளமும் நிரம்பிய எகிப்தின் தலைநகர் கெய்ரோவில் 1911ல் மதப்பற்று மிக்க நடுத்தர குடும்பத்தில் பிறந்தார் நகுப் மஹ்பூஸ். இவரின் குடும்பம் பெரியது. பின்னர் இவரின் குடும்பம் ஹமாலியா பகுதிக்கு நகர்ந்தது. அங்கு தான் இவரின் புகழ்பெற்ற நோபல் பரிசு நாவலான Midaq alley வெளியானது. தன் 17 வயதில் எழுதத் தொடங்கிய மஹ்பூஸ் அதனை தொடர்ச்சியாக நகர்த்தி வந்தார். 1919ஆம் ஆண்டு நடந்த எகிப்து புரட்சியால் ஈர்க்கப்பட்ட மஹ்பூஸ் அதன் நவீனத்துவ மற்றும் தேசியவாத கருத்தால் ஈர்க்கப்பட்டார். ஆரம்பக்கல்வியும் மேல்நிலைக்கல்வியும் தன் பகுதியில் கற்ற மஹ்பூஸ் அந்த தருணத்திலேயே செவ்வியல் அரபு இலக்கியத்தைப்பற்றி அறிந்து கொள்வதில் அதிக ஆர்வம் காட்டினார். அதன் வழியாக நிறைய அனுபவ பயணத்தை தொடங்கினார். அது அவருக்கு அடுத்த கட்டத்தை நோக்கி நகர்வதற்கு உதவியாக இருந்தது. மேலும் தன் பத்தாவது வயதிலேயே ஹாபிஸ் நஜிப் என்ற அரபு எழுத்தாளரின் துப்பறியும் நாவல்களை தேடி படிக்கத் தொடங்கினார். கல்லூரி பருவத்தில் எகிப்திய எழுத்தாளரான ஸலமா மூசாவின் அறிமுகம் அவருக்கு கிடைத்தது. அவர் மூலம் தான் சோசலிசம், அறிவியல் மற்றும் சகிப்புதன்மை குறித்து அதிகம் கற்றுக்கொண்டதாக மஹ்பூஸ் ஒரு முறை குறிப்பிட்டார். மேலும் அவருக்கு தொடர்ச்சியாக எழுதுவதற்கும் அவருடைய நாவல்களை பதிப்பதற்கும் மூசா

அதிகமும உதவி புரிந்தார். மஹ்பூஸின் தொடர்ச்சியான எழுத்தாக்கம் அவருக்கு மேற்கத்திய இலக்கிய பரிச்சயத்தையும் அளித்தது. மேற்கத்திய எழுத்தாளர்களான பிளாபர்ட், ஷோலா, ஆல்பர்ட் காம்யூஸ், மார்க்யூஸ் மற்றும் தஸ்தாவ்ஸ்கி போன்றோரை விரும்பி படித்தார். மேலும் அரபு எழுத்தாளர்களான தாஹா உசேன், உசேன் ஹைகல் மற்றும் இப்ராஹிம் அல் மசினி போன்றோரின் சிறுகதைகளுடன் தன்னை வாசிப்பின் மூலம் நகர்த்திக்கொண்டார். மேலும் அவரின் பிந்தைய கால சிறுகதைகளுக்கு இவர்களும் ஒரு காரணம். எகிப்திய புனைவு வெளியில் எதார்த்த கதைவெளியை நோக்கிய சித்திரத்தை வரைந்து கொள்ள மஹ்பூஸ் மேற்கண்ட அரபு எழுத்தாளர்களை முன்னோடியாக கருதினார். அவர்களை ஒட்டி தன்னை சமமாக கதையோடு நகர்த்திக்கொண்டு வந்ததால் அது அவருக்கு பெரும் வெற்றி பின்னாளில் ஏற்படுவதற்கு காரணமான ஒன்றாக மாறியது. தன் குடும்பம் மத பாரம்பரிய குடும்பமாக இருந்ததால் அது அவருக்கு தொடக்கத்தில் சவாலாக இருந்தது. பின்னர் அதன் மீட்சியை குறித்து ஆச்சரியத்தோடு மஹ்பூஸ் குறிப்பிட்டார்.

மஹ்பூஸின் உயர்கல்வி கெய்ரோ பல்கலைக் கழகத்தில் இருந்தது. அப்போது மஹ்பூஸ் தத்துவங்கள் மீது அதிக ஆர்வம் கொள்ளத் தொடங்கினார். தன் முதுகலை பட்டப்படிப்பில் தத்துவ பாடத்தை தேர்ந்தெடுத்த அவர் அதனை ஆழ்ந்து கற்கத்தொடங்கினார். இதன் விளைவாக பல அரபு பத்திரிகைகள் மற்றும் இதழ்களில் தத்துவம் தொடர்பான கட்டுரைகளை எழுதினார். அது அவருக்கு பெருமளவில் வாசகர்களை பெற்றுத்தந்தது. இதன் தொடர்ச்சியில் எகிப்தின் நவீனத்துவ சிந்தனையாளர் அப்பாஸ் அல் அக்காதின் சிந்தனைகள் மஹ்பூஸை வெகுவாக பாதித்தன. அவரின் கோட்பாடுகளை தொடர்ந்து உள்வாங்கினார். மேலும் அரசியல் வாழ்க்கையின் ஒரு பகுதியாக எகிப்திய அரசின் பல்வேறு பொறுப்புகளில் இருந்தார். மேலும் அரபு இலக்கியத்தை உலக தரத்திற்கு உயர்த்த வேண்டும் என்பதே அவரின் உயர்ந்த லட்சியமாக இருந்தது. இதன் காரணமாக மேற்கின் இலக்கியப்போக்குகளை ஆழ்ந்து அவதானித்தார். பல நாவல்களை எழுதத்தொடங்கினார். 1938ல் அவரது முதல் நாவல் Whisper of Madness வெளியானது. இது அவரின் இளமைக்கால வாழ்க்கையின் எதார்த்த பிரதிபலிப்பாக இருந்தது. அடுத்த நாவல் Khufus Wisdom என்ற பெயரில் வெளியானது. இதுவும் முந்தைய நாவல் தொடர்ச்சியோடு அதன் இன்னொரு சாரத்தை பிரதிபலித்தது. மேற்கண்ட இரண்டு நாவல்களும் முப்பதுகளில் மஹ்பூஸை அரபுலகில் குறிப்பிடத்தக்க படைப்பாளியாக மாற்றியது. அதன்

பிறகு தீவிரமாக எழுதத்தொடங்கினார். அவரின் தொடர்ச்சியான எழுத்துக்கள் சிறந்த இலக்கிய ஆக்கத்திற்கான தொடக்கத்தை அளித்தன.

மஹ்பூஸ் தன் வாழ்நாளில் சுமார் பத்து வருடங்களை கெய்ரோவின் ஹமாலியாவில் கழித்தார். இப்பிரதேசம் தான் அவரின் பல நாவல்களின் மையம். குறிப்பாக எகிப்திய சமூகத்தின் நுண் கருவாக, நாவலின் பிரதிபலிப்பாக அவர் வாழ்ந்த ஹமாலியா இருந்தது. மேலும் அவரின் நாவல்கள் குறிப்பிடும் பல மறைவான இடங்கள், காதலிகளுடனான சந்திப்புகள் மற்றும் உறவாடல் ஆகியவற்றை உணர்த்தும் பன்முக தளமாக ஹமாலியாக இருந்தது. உலகின் பல நாவலாசிரியர்களுக்கு இம்மாதிரியான அனுபவம் வாய்த்திருக்கிறது. நாவலின் கதை என்பதை விட நாவல் உருவாகும் களங்கள் முக்கியமானவை என்பது இங்கு குறிப்பிடத்தக்கது. ஹமாலியாவிலிருந்து புலம்பெயர்ந்த பின் மஹ்பூஸ் சமூக நல பணிகளில் அதிகம் கவனம் செலுத்தினார். 1945ல் ஒரு நூலகத்தை தன் சொந்த ஊருக்கு மாற்ற வேண்டும் என்ற கோரிக்கையை முன்வைத்த மஹ்பூஸ் அதனை நிறைவேற்றும் பணியில் ஈடுபட்டார். மேலும் அங்குள்ள ஏழைகளுக்கு வட்டியில்லா கடன்களை வழங்கினார். இவ்வாறாக தன்னை ஒரு சமூக ஆர்வலராகவும் வெளிப்படுத்திக்கொண்டார் நஹ்பூஸ். இதன் தொடர்ச்சியில் 1952ல் எகிப்தில் ஏற்பட்ட புரட்சிக்கு பிறகு மஹ்பூஸ் தன் எழுத்தியக்கத்தை அடுத்த கட்டத்திற்கு நகர்த்தினார். அதன் வெளிப்பாடாக பல சிறுகதைகளை தொடர்ந்து எழுதினார். ஒரு வகையில் அவரின் சிறுகதைகளின் உருவாக்கமே எகிப்திய புரட்சி தான். அப்புரட்சியின்

உள்ளகங்கள் மஹ்பூஸின் படைப்பு வெளியை பரவலாக இட்டு நிரப்பின. ஒடுக்கப்படும், அடித்தள மக்களின் குரலாகவும் அது இருந்தது. இவ்வகையில் அரபு எழுத்தாளர்களிடையே மஹ்பூஸின் குரல் மிகவும் தனித்த ஒன்றாக இருந்தது. அது இதுவரை வெளிப்படாத, கவனிக்கப்படாத உன்னத மொழியில் வெளிப்பட்டது. மஹ்பூஸ் புராதன மற்றும் இடைக்கால உலகின் பெரும் வெற்றியாளர்களாக இருந்த அலெக்சாண்டர், சீசர் மற்றும் நெப்போலியனின் செயல்முறைகள், பாங்குகள், அவர்களின் வெற்றிக்கான ரகசியங்கள் போன்றவற்றை அறிந்து கொள்வதன் மூலம் தன் புனைவு எழுத்திற்கான மதிப்பீட்டை, தீர்வை, போக்கை சிறந்த முறையில் தீர்மானிக்க முடியும் என்று நம்பினார். அந்த நம்பிக்கை ஒருவகையில் அவரின் பிந்தைய படைப்புகளுக்கு வெற்றியை தேடித் தந்தது. மேலும் மஹ்பூஸ் இலக்கியம் மற்றும் அறிவுத்தளம் என்பது ஒருவரின் சொந்த வலிமைமிக்க, நேரடியான, நுண் குணாதிசயங்களை உடைய வழியில் செய்தியை வெளிப்படுத்துவது தான் என்று கருதினார். அவரின் கதையாடல்கள் நம் வாசிப்பு ஓட்டத்தை மூழ்கச் செய்வது மாதிரி இருக்கும். தொடர்ச்சியான நிலையில் அதற்குள் மூழ்கடிக்கப்படுவோம். இதன் தொடர்ச்சியில் நீர்ச்சுழிகள், அலைகள் போன்று அவை வாசக மனதிற்குள் உருவாகும். அந்த அனுபவம் நாவலின் மையக்கரு குறித்த புரிதலை வாசகனுக்கு அலைகளின் சலனம் போன்று அளிக்கச்செய்யும். 1939 மற்றும் 1944 க்கும் இடையே மஹ்பூஸ் மூன்று நாவல்களை எழுதியிருக்கிறார். அதில் Cairo Trilogy மற்றும் Midaq Alley ஆகிய நாவல்கள் மிக முக்கியமானவையாக இருக்கின்றன. இதில் Cairo Trilogy அவருக்கு நோபல் பரிசை பெற்றுத்தந்தது. அரபுலகில் அது ஏற்படுத்திய தாக்கம் சிறந்த விற்பனை நூலாக மாறியது மட்டுமல்லாமல் பல விருதுகளையும் பெற்றுத்தந்தது. மேலும் James Baikie-ன் Ancient Egypt என்ற நூலை மொழிபெயர்த்திருக்கிறார். Cairo Trilogy எகிப்தை மூன்று தலைமுறைகளாக ஆதிக்கம் செலுத்திய சையத் அஹ்மத் அப்தல் ஹவாத் குடும்பத்தின் வரலாற்றைப்பற்றிய கதையாடலாகும். மேலும் மிகுதியான சமூக மற்றும் அரசியல் விவரணைகளோடு, ஆணுக்கும் பெண்ணுக்கும் இடையே இருக்கும் அந்தரங்க உறவு மற்றும் அந்த குடும்ப ஆண்களின் தொடர்பாடல் முறைகள் போன்றவற்றை கதைப்படுத்துகிறது இந்நாவல். குறிப்பாக நடுத்தர வர்க்க வாழ்க்கை முறையின் எதார்த்த சித்தரிப்பை வெளிப்படுத்துகிறது.

நாற்பதுகளுக்கு பிறகு மஹ்பூஸ் சில காலம் மௌனம் காத்தார். அவரின் படைப்புகளுக்கும் அது ஓய்வாக இருந்தது. 1952 எகிப்திய

புரட்சிக்குப் பிறகு அதன் தாக்கம் சார்ந்த படைப்பு உளவியல் அவரை மேலும் எழுதத்தூண்டியது. அது அவரின் நாவல்களில் உடைக்கப்படாத தொடர்ச்சியை, சிறுகதைகளை, பத்திரிகை எழுத்துக்களை, திரைக்கதை வசனங்களை உருவாக்கியது. தொடர்ந்து மஹ்பூஸ் பல தளங்களில் இயங்க தொடங்கினார். அவரின் பண்டைய எகிப்து குறித்த மொழிபெயர்ப்பு அவரை அரபுலகின் முக்கிய எழுத்தாளராக அடையாளம் காட்டியது. பண்டைய எகிப்தின் வரலாறு குறித்து அதிக ஆர்வமும், பிரக்ஞையும் கொண்டிருந்தார் மஹ்பூஸ். வரலாறு அவருக்கு வாழ்ந்த காலத்தின் மீது சாட்சியாக இருந்தது.

நோபல் பரிசு மூலம் மஹ்பூஸை வெளியுலகிற்கு அடையாளம் காட்டிய Cairo Trilogy-க்கு பிறகு அவரின் குறிப்பிடத்தக்க நாவல் Midaq Alley ஆகும். மஹ்பூஸ் வாழ்ந்த ஹமாலியா நகரில் மிடாக் என்ற குறுக்கு சந்தை நோக்கிய கதைவெளியே அதன் கருவாகும். அதன் தெருக்களின் நகர்வோடும், இயக்கத்தோடும், வாழ்க்கையோடும் இந்நாவல் தொடர்ந்து பயணித்துக்கொண்டே இருக்கிறது. அதன் கலைநயம் மற்றும் கதையாடல் தேர்ந்த படைப்பிற்கான சிறந்த அங்கீகாரமாக இருந்தது. மேலும் மஹ்பூஸ் தன் நாவல்களில் மற்றவர்களிடமிருந்து வித்தியாசமான மொழியை கையாண்டார். அரபு மொழியின் நவீன நுட்பங்களை சாமர்த்தியமான வழிகளில் கைக்கொண்டார். அதன் மூலம் சமனற்ற உலகில் மக்கள் அவரின் அனுபவத்தை அறிந்து கொள்ள முடிந்தது. மேலும் குழந்தைகள் பற்றிய அவரின் நாவலான Epic of the Harafish கெய்ரோவின் குறிப்பிட்ட பகுதியின் குழந்தைகள் குறித்த ஆழத்தையும் விரிவையும் கதையாக அளித்தது. நாவல்களில் அவரின் நுண்மையான மொழி பயன்பாடு வரலாறாக, குணாதிசயங்களாக, நிகழ்வாக, தற்காலிக விளைவாக, இடமாக, தனிமையை குறிக்கும் அனுபூத கதையாடலாக இருந்தது. அவரின் மொத்த இலக்கிய பயணத்தை வைத்து மதிப்பிடும் போது மஹ்பூஸ் சோல்செனித்சென் மற்றும் டால்ஸ்டாய் ஆகியோரின் சாதனை இடத்தில் வருகிறார். ஒருவர் அவரின் ஆளுமையை அளவிடும் போது மேற்கின் மதிப்பீட்டிற்கு வருவது தவிர்க்க இயலாத ஒன்றாக இருக்கிறது.

மஹ்பூஸ் தன் வாழ்நாள் முழுவதும் கருத்து சுதந்திரத்திற்கு ஆதரவான நிலைப்பாட்டிலேயே இருந்தார். படைப்பாளியின் சுதந்திரம் அதன் உள்ளக நிலையில் அனுமதிக்கப்பட வேண்டும் என்றார். மஹ்பூஸை பொறுத்தவரை ஒருவரின் கருத்து சுதந்திரம் மற்றும் சமூகத்தின் எதிர்வினை ஆகிய இரண்டுமே அனுமதிக்கப்பட

வேண்டும் என்றார். நான் இதற்கு மாறுபட்ட விலை கொடுக்க வேண்டியதிருக்கும். இவை இயல்பான விஷயங்களே என்றார். இதனடிப்படையில் சல்மான் ருஷ்டிக்கு எதிராக கொமைனி விதித்த மரண தண்டனையை எதிர்த்த அவர் கொமைனியின் இந்த முடிவு மிக தவறானது என்றார். அதே நேரத்தில் சல்மான் ருஷ்டியை எதிர்த்த அவர் அந்நாவல் இஸ்லாத்திற்கு எதிரானது என்று குறிப்பிட்டார். ஆனால் அது சல்மான் ருஷ்டியின் கருத்து சுதந்திரம் என்றார். இந்நிலையில் கொமைனியின் நடவடிக்கையை எதிர்த்து அரபுலக அறிவுஜீவிகள் 80 பேர் கையெழுத்திட்ட கூட்டறிக்கையை தயாரித்தார். மேலும் இஸ்லாமிய அடிப்படை வாதத்திற்கு எதிரான நிலைப்பாட்டை உடையவராக இருந்ததால் மத அடிப்படைவாதிகளின் மரண பட்டியலில் இருந்தார். இதன் நீட்சியில் 2005ஆம் ஆண்டு அடையாளம் தெரியாத நபரால் கத்தியால் குத்தப்பட்டார். இதன் பின் அவருக்கு முழுநேர போலீஸ் பாதுகாப்பு போடப்பட்டது. பின்னர் உதவியாளரின் துணையோடு எழுதினார். தன் வாழ்நாளில் 34 நாவல்களையும், 350க்கும் மேற்பட்ட சிறுகதைகளையும், டஜன் திரைக்கதைகளையும், நாடகங்களையும் எழுதியிருக்கும் மஹ்பூஸ் நவீன அரபு இலக்கியத்தின் தந்தை என அறியப்படுகிறார். அவரின் கதைகள் எகிப்தின் பிரபல பத்திரிகையான அல் அஹ்ரம் வார இதழில் வெளிவந்தன. தன் தொடர்ச்சியான பயணத்தில் எழுத்துக்களால் எகிப்தை தருவித்த மஹ்பூஸ் 2006ஆம் ஆண்டு ஆகஸ்டில் மரணமடைந்தார். அவரின் மரணம் அவரின் எழுத்துக்களை தொடர்ச்சியாக அரபுலகிற்கு விட்டுச்சென்றிருக்கிறது.

மஹ்பூஸின் படைப்புகள்

- Old Egypt (1932, translated from English)
- Whisper of Madness (1938)
- Mockery of the Fates (1939) Translated into English under the name Khufu's Wisdom
- Rhadopis of Nubia (1943)
- The Struggle of Thebes (1944)
- Cairo Modern (1945)
- Khan El-Khalili (1945)
- Midaq Alley (1947)
- The Mirage (1948)
- The Begin (1950)
- Palace Walk (1956)

- Cairo Trilogy (Part I)
- Palace of Desire (Part 2)
- Sugar Street (1957)
- Cairo Trilogy Part 3)
- Children of Gebelawi (1959)
- The Thief and the Dogs (1961)
- Quail and Autumn (1962)
- God's World (1962)
- Zaabalawi (1963)
- The Search (1964)
- The Beggar (1965)
- Adrift on the Nile (1966)
- Miramar (1967)
- The Pub of the Black Cat (1969)
- A story without a beginning or an ending (1971)
- The Honeymoon (1971)
- Mirrors (1972)
- Love under the rain (1973)
- The Crime ((1975)
- Respected Sir (1975)
- The Harafish (1977)
- Love above the Pyramid Plateau (1979)
- The Devil Preaches (1979)
- Love and the Veil (1980)
- Arabian Nights and Days (1981)
- One hour remains (1982)
- The Journey of IbnFattouma (1983)
- Akhenaten, Dweller in Truth (1985)
- The Day the Leader was Killed (1985)
- The Hunger (1986)
- Speaking the morning and evening (1987)
- Fountain and Tomb (1988)
- Echoes of an Autobiography (1994)
- Dreams of the Rehabilitation Period 2004)
- The Seventh Heaven (2005)

எகிப்தின் உருவம்
நகுப் ஸுரூர்

இலக்கிய வரலாற்றில் எகிப்து பல ஆளுமைகளையும், உருவங்களையும், இலக்கிய கர்த்தாக்களையும், எழுத்தாளர்களையும் உருவாக்கிக்கொண்டே நகர்ந்து வந்திருக்கிறது. அந்த வகைப்பாட்டில் நகுப் ஸுரூர் முக்கியமானவர். அரபு இலக்கிய உலகிற்கு அவரின் பங்களிப்பு மிக முக்கியமானது. குறிப்பாக அவரின் நாடக மற்றும் கவிதைத்திறன் முக்கியமான ஒன்று. அரபுலகின் முக்கியமான கவிஞராகவும், நாடகாசிரியராகவும், இலக்கிய விமர்சகராகவும் பன்முக தளங்களில் இயங்கினார் நகுப் ஸுரூர். குறிப்பாக நாடக தளத்தில் அதிகார வர்க்கத்தை விமர்சிக்கக்கூடிய, கேள்விகேட்கக்கூடிய கலகக்காரராக இருந்தார் ஸுரூர். கவிதை மற்றும் நாடகம் என்ற கலைவடிவம் மூலம் சமூகத்தின் எதார்த்த பிரக்ஞையை பிரதிபலித்தார். எகிப்திய, அரபு இலக்கிய நீரோட்டத்தின் பெரும் பாய்ச்சலாக அவரின் எழுத்துக்கள் இருந்தன.

எகிப்தின் தஹாகிலா மாகாணத்தில் அக்தாப் கிராமத்தில் 1932 ஆம் ஆண்டு அக்டோபர் 4ம் தேதி ஒரு நடுத்தர குடும்பத்தில் பிறந்தார் ஸுரூர். குடும்பத்தின் இயல்பான வறுமை காரணமாக இளமைக்காலத்தில் ஜவுளி ஆலையில் வேலை செய்தார். அந்த வறுமையை தாண்டுவது அன்றைய கட்டத்தில் அவருக்கு பெரும் சவாலாக இருந்தது. வறுமையும், வாழ்க்கையில் சாதிக்க வேண்டும் என்ற துடிப்பும் அவரை பல தளங்களை நோக்கி நகர்த்தியது. இதன் ஒரு பகுதியாக அவரின் இளமைக்கால சிந்தனை மற்றும் செயல்பாடு அதிகாரவர்க்க, மேட்டுக்குடித்தனத்திற்கு எதிராக இருந்தது. அவரும் நண்பர்களும் இணைந்து அன்றைய நிலப்பிரபுவான பாஷாவிற்கு சொந்தமான கட்டிடத்தை தகர்த்தனர். இதன் விளைவாக பாஷாவின் அடியாட்களால் ஸுரூர் கடுமையாக தாக்கப்பட்டார். அப்போது அவரின் தந்தை வரி வசூலிப்பாளராக பணிபுரிந்து வந்தார். இதன் காரணமாக தந்தையின் வேலை பறிக்கப்பட்டது.

இதன் தொடர்ச்சியில் நிர்ப்பந்தம் காரணமாக அவரின் குடும்பம் கெய்ரோவிற்கு புலம் பெயர்ந்தது. அங்கு பள்ளிக்கல்வி மற்றும் கல்லூரிக் கல்வியை முடித்த அவர் சட்டப்படிப்பிற்காக சட்டக் கல்லூரியில் இணைந்தார். பின்னர் சட்டக்கல்வியை இறுதி ஆண்டில் கைவிட்டுவிட்டு நாடக பயிற்சி நிறுவனத்தில் சேர்ந்தார். அங்கு நாடகக்கலை குறித்த கல்வியை கற்ற அவர் ஆய்விற்காக ரஷ்யா சென்றார். அங்கு நாடகம் மற்றும் திரைத்துறையில் ஆய்வுப் பட்டம் பெற்ற ஸூருர் மாஸ்கோ ரேடியோவில் சிறிது காலம் பணிபுரிந்தார். அங்கு எகிப்திய நாசர் ஆட்சிக்கு எதிரான செயல்பாடுகளை முன்னெடுத்தார். அது மாஸ்கோவை பொறுத்தவரை மத்திய கிழக்கு குறித்த சிறந்த அவதானமாக பார்க்கப்பட்டது. அங்கு தன் சிறந்த கவிதைகளை எழுதினார். பின்னர் எகிப்து திரும்பிய ஸூருர் அரசின் கலாசார துறையில் சிறிது காலம் பணிபுரிந்தார். அப்போது சில கவிதைகளை எழுதி அதை அரபு பத்திரிகைகளிலும், இலக்கிய இதழ்களிலும் வெளியிட்டார். அவரின் படைப்பூக்கத்திறனுக்கான சிறந்த தொடக்கமாக இருந்தது அது. எகிப்திய கம்யூனிஸ்ட் கட்சியில் இணைந்த அவர் சிறிது காலம் அதில் தீவிர செயற்பாட்டாளராக இருந்தார். ஆளும்வர்க்கத்திற்கு எதிரான போராட்டத்தை தீவிரப்படுத்திய காரணத்தால் எகிப்திய அரசாங்கத்தால் நாடுகடத்தப்பட்டார். இதனால் அகதியாக ஆஸ்திரியாவிற்கு சென்ற அவர் அங்கு ஒரு வருடம் இருந்தார். அந்த கட்டத்தில் பத்திரிகை மற்றும் ரேடியோவில் பணிபுரிந்த அவர்

அதற்கு அடுத்த வருடத்தில், 1964ல் மீண்டும் நாடு திரும்பினார். ஆனால் அவரின் மனைவி மக்களுக்கு எகிப்தில் நுழைய அனுமதி அளிக்கப்படவில்லை. இது அவருக்கு நெடுங்கால துயரத்தை அளித்தது. எப்போதும் மக்களின் பக்கம் நின்ற ஸுரூர் தன் வார்த்தைகளுக்கான விலையை கொடுக்க தவறவில்லை.

ஸுரூரின் தீவிர மற்றும் ஆத்மார்த்த கலைப்பசி இளமைக்காலத்தில் அவரை அதிகமும் கவிதைகள் எழுதுவதை தூண்டியது. முதல் கவிதை அல் ஹிஸ்ஸா என்ற பெயரில் வெளியானது. தன் தந்தை அரசு வேலையிலிருந்து நீக்கப்பட்டதன் எதிரொலியாக அவருக்குள் எழுந்த, நிரம்பிய மனச்சலனத்தின் விளைவு இது. மேலும் அவரின் தேசியம் குறித்த பார்வையையும் அது கொண்டிருந்தது. இதன் தொடர்ச்சியில் தன் முதல் நாடகத்தை 1950ல் எழுதினார். அது அந்த காலத்திலேயே அரங்கேற்றம் செய்யப்பட்டது. அது எகிப்திய கலை உலகில் பெரும் அதிர்வை ஏற்படுத்தியது. மேலும் தன் சமகால நாடகாசிரியரான நுமான் அஸுருடன் நெருக்கமான உறவை கொண்டிருந்தார். அவரின் நாடகங்கள் எகிப்திய கலை உலகில் புதிய சகாப்தமாக இருந்தது. சமூக அவலங்கள், சுரண்டல், அநீதி ஆகியவற்றிற்கு எதிராக அவரின் பல நாடகங்கள் இருந்தன. மேலும் எகிப்திய அரசுத்துறையில் பணிபுரிந்த காலத்தில் அவர் தொடர்ந்து கவிதைகள் எழுத ஆரம்பித்தார். அது பின்னர் 1960ல் Luzum ma Yalzam (The Necessity of What is Necessary) என்ற பெயரில் தொகுப்பாக வெளிவந்தது. அரபுலகில் பரவலான கவனத்தைப்பெற்ற தொகுப்பாக நகுபிற்கு அடுத்த கவிதை இயக்கத்திற்கான மனநிலையை கொடுத்தது. மேலும் அவரின் கவிதைகள் சில சமயங்களில் பிற மொழிகளில் மொழிபெயர்ப்பதற்கு சிரமமாக இருந்தன. அதன் நுட்பமான மொழி, அது வெளிப்படுத்திய சலனக்குறியீடு அவ்வாறு மொழிபெயர்ப்பதற்கு கடினமாக இருந்தது. அவரின் கவிதைளில் குறிப்பிடத்தக்கது சக மனிதனின் அழுத்த மனநிலையை குறிக்கும் New oedipus. இதன் வரிகள் கீழ்கண்டவாறு அமைந்தன.

“நான் நடந்தேன்
ஒரு நாட்டிலிருந்து இன்னொரு நாட்டிற்கு
மரணம் பயிரிடப்பட்ட சாலையில்
ஒவ்வொரு அங்குலத்திலும் ஒரு சமாதியுடன்
நான் அடையும் வரை
அங்கு அரக்கி உப்பை அரைத்துக் கொண்டிருக்கிறாள்
அவளின் எலும்புகள் ஒரு குன்றை உருவாக்குகின்றன
திகிலூட்டும் அவள்

நீண்ட கூந்தல்
நீண்ட தந்தம்
அவளின் கண்களும், பெரும் நகமும்"

மனித மனம் இயல்பாக தன்னை வெளியிருத்திக்கொள்ளும் பாவனைகளை , பிம்பங்களை, அதன் அலைவியக்கத்தை அரக்கியின் குறியீடாக ஸுரூரின் கவிதை பிரதிபலிக்கிறது.

நாடகங்களில் ஸுரூரின் பங்களிப்பு மிக முக்கியமானது. குறிப்பாக தேசியம் மற்றும் ஆளும் வர்க்க எதிர்ப்பு அரசியல் குறித்த அவரின் நாடகங்கள் மிக முக்கியமானவை. பல நாடகங்களில் அவரே கதாபாத்திர வேடமிட்டு நடித்தார். வேலையற்ற, குடிகார கதாபாத்திரங்களில் அவரின் நடிப்பு அற்புதமாக இருந்தது. அது பலரை கவர்ந்தது. 1940க்கு பிறகு உலக அளவில் ஏற்பட்ட மாற்றங்கள் எகிப்திய அறிவு புலத்தையும் வெகுவாக பாதித்தன. இதன் தாக்கம் நகுப் ஸுரூரிடத்திலும் வெளிப்பட்டது. அவரின் விமர்சனங்களில் எப்போதும் சமரசமற்ற, வெகுஜன கலாசாரம் குறித்த போதாமை காணப்பட்டது. மேலும் அவரின் ஆக்கங்கள் மேற்கத்திய கலாசாரம் குறித்த எதிர்வினையாக இருந்தன. தன் இறுதிகாலத்தில் ஸுரூர் பாரனோயா மற்றும் மன அழுத்த நோயால் அதிகம் பாதிக்கப்பட்டார். கடைசி தருணங்களில் எகிப்தின் பத்திரிகைகளில் விமர்சன கட்டுரைகள் எழுதிக்கொண்டிருந்தார். நகுப் ஸுரூரின் நாடகங்கள் சில இஸ்ரேல் குறித்த, சியோனிசம் குறித்த விமர்சனமாக இருந்தன. அதில் The Protocols of the Elders of Zion என்ற நாடகம் முக்கியமானது. அரபு இஸ்ரேல் போர் நடந்த தருணத்தில் மிகவும் சர்ச்சைக்குரிய, விவகாரமான, நீண்டகாலமாக தடை செய்யப்பட்ட Kuss-Ummyyat என்ற பெயரிலான கவிதையை வெளியிட்டார். இது போரின் அகோரம் குறித்த நகுபின் கோபச்சீற்றமாக, சர்ச்சைக்குரிய தலைப்பில் வெளியானது. ஆனால் பத்திரிகையில் இதனை வெளியிட முடியவில்லை. நகுபின் மரணத்திற்கு பிறகு அவரின் மகன் இணையதளத்தில் இதனை வெளியிட்ட காரணத்தால் அரசாங்கத்தால் தண்டிக்கப்பட்டார். ஒரு வருடம் சிறைத்தண்டனை அவருக்கு அளிக்கப்பட்டது. பின்னர் மாஸ்கோவிற்கு நாடுகடத்தப்பட்டார்.

உலகில் எல்லா எழுத்தாளர்களுக்கும், கலைஞர்களுக்கும் இயல்பாக ஏற்படக்கூடிய நோய்கள் நகுபையும் தாக்கின. இவரின் தீவிர மூளைச்செயல்பாடுகள் அதனையும் பாதித்தது. இதனால் ஓராண்டிற்கும் மேலாக படுக்கையிலே கிடந்தார். இந்நிலையில் 1978 அக்டோபர் 24ல் மரணமடைந்தார். தன் வாழ்நாளில் எட்டு

நாடகங்களையும், ஐந்து கவிதை தொகுதிகளையும், நான்கு கட்டுரை தொகுதிகளையும் நகுப் ஸுரூர் வெளியிட்டிருக்கிறார். அவை அனைத்தும் அரபு இலக்கிய உலகில் பரவலாக கவனம் பெற்றன. அவரின் ஒரு சில படைப்புகள் ஆங்கிலத்தில் மொழிபெயர்க்கப்பட்டன. தன் எழுத்துக்கள் மூலம் அரபுலகம் மட்டுமின்றி உலகம் முழுவதும் மிகுந்த தாக்கத்தை ஏற்படுத்தியவராக ஸுரூர் இருக்கிறார்.

அவரின் படைப்புகள்

- Shajarat al-zaytun, 1958 (play)
- Rihlah fi Thulathiyat NajibMahfuz: dirasah, 1960 (essays)
- Luzum ma yalzam, 1964 (poetry)
- Yasinwa-Bahiyah, 1965 (play)
- al-Trajidiya al-insaniyah, 1967 (poetry)
- Ah yalayiyaqamar, 1968 (play)
- al-Kalimat al-mutaqati'ah, 1969 (play)
- Hiwar fi al-masrah, 1969 (criticism)
- al-Hukmqabla al-mudawalah, 1970 (play)
- Humum al-adabwa-al-fann, 1971 (essays)
- Malik al-shahhatin, 1971 (play, adaptation of Bertolt Brecht's Dreigroschenoper)
- Qulu li-'ayn al-Shams: ma'sahshi'riyah, 1972 (play)
- Brutukulathukama' rish: shi'r, 1974 (poems)
- Ruba'iyat, 1974 (poems)
- Min aynajibnas, 1976 (play)
- Hakadhaqalajuha, 1978 (criticism)
- Hakadhaqalajuha, 1981 (articles)
- al-A'mal al-kamilah, 1993-1997 (works; 4 vols.)
- Tahta 'aba'atAbi al-'Ala', 2008 (essays)

தவ்பீக் ஹக்கீம்

அரபு இலக்கியத்தின் மிகப்பெரும் கூடாக இருக்கும் எகிப்து பல எழுத்தாளுமைகளை உருவாக்கி இருக்கிறது. அவர்களுள் தவ்பீக் ஹக்கீம் முக்கியமானவர். நவீன அரபு நாடகத்தின் தந்தை என விமர்சகர்களால் தவ்பீக் வர்ணிக்கப்படுகிறார். தேர்ந்த படைப்பூக்கத்தின் தராந்திர வெளிப்பாடு தவ்பீக் ஹக்கீமின் கதைகள். நூறாண்டு எகிப்திய கதையுலகின் தொடக்கப்புள்ளி தவ்பீக். இவரின் கதைகள் எகிப்து மற்றும் அரபுலக வரலாற்றில் முக்கிய வரலாற்றுப்பதிவு. தவ்பீக்கின் வருகை எகிப்திய மற்றும் அரபு இலக்கிய உலகிற்கு ஒரு நம்பிக்கை ஊட்டும் சிறந்த பரிணாமமாக இருந்தது.

எகிப்தின் முக்கிய நகரான அலெக்சாண்டிரியாவில் 1898ல் ஒரு பிரபல நீதிபதியின் மகனாக பிறந்தார் தவ்பீக் ஹக்கீம். கெய்ரோவில் உயர்கல்வியை முடித்த தவ்பீக் 1925ல் சட்டப்படிப்பையும் கூடுதலாக படித்தார். பின்னர் பிரான்ஸிற்கு சென்ற அவர் அங்கு சட்டமேற்படிப்பை படித்தார். பின்னர் பிரான்ஸிலிருந்து திரும்பிய அவர் அலெக்சாண்டிரியாவில் சிலகாலம் நீதிமன்ற பணியில் இருந்தார். மேலும் பல எகிப்திய நகரங்களில் பணிபுரிந்தார். அதற்கு பிந்தைய கட்டத்தில் அக்பர் அல் யாம் என்ற அரபு பத்திரிகையில் பணிபுரிந்தார். பின்னர் எகிப்திய தேசிய நூலகத்தின் மேலாளராக சிறிதுகாலம் பணியில் இருந்தார். இந்த இடைக்கட்டத்தில் பல கவிதைகள், கதைகள் மற்றும் கட்டுரைகளை எழுதினார். இவை அவருக்கு சிறந்த எழுத்தாளுமை குணாம்சத்தை அளித்தது. இதன் தொடர்ச்சியில் பல நாடகங்களையும், கதைகளையும், கவிதைகளையும் எழுதினார். அவை தொகுக்கப்பட்டு அரபி மொழியில் வெளிவந்தன. தவ்பீக்கின் முக்கிய இலக்கிய பங்களிப்பு நாடகமாகும். அவரின் நாடகங்கள் எகிப்தின், அரபுலகின் திறந்த பண்பாட்டு வெளியை பிரதிபலிப்பவை. 1933ல் முதல் தத்துவார்த்த நாடகமான People of cave வெளிவந்தது. இதில் அவரின் சிந்தனை

வெளிப்பாடு தெளிவாக இருந்தது. பார்வையாளர்கள் மத்தியில் பெரும் வரவேற்பை பெற்ற இது எகிப்திய நாடக உலகை மற்றொரு கட்டத்திற்கு நகர்த்தியது. அவரின் ஆரம்பகால நாடகங்கள் எகிப்தில் உருவான அரபு தேசிய உணர்வை பார்வையாளர்களுக்கு ஊட்டுவதாக இருந்தன. அந்த நாடகங்கள் அது வெளிப்படுத்திய கதாபாத்திரங்கள் ஒரு தேசிய பாவனையை தனக்குள் இட்டுச் சென்றன. ஒவ்வொரு நாடகமும் அதற்கான கதைவெளியை தெளிவாக வெளிப்படுத்தின. இதன் தொடர்ச்சியில் அவரின் நாடகங்கள் அதிக பார்வையாளர்களை உருவாக்கியது.

தவ்பீக்கின் வாழ்க்கையின் அடுத்த கட்டம் அவரின் பிரான்சு வாழ்க்கையாகும். தன் தந்தையின் நண்பரான அஹ்மத் லுத்பி அல் செய்யித் இன் தொடர்ந்த ஊக்கம் காரணமாக பிரான்சில் சட்டக்கல்வியை படித்தார். பிரான்சு வாழ்க்கையில் இடைக்கட்டத்தில் அதிக காலம் நாடகங்களை படிக்கவும், பயிற்சிக்கவும் செய்தார். அங்கு நடைபெற்ற பல நாடகங்களில் பார்வையாளராக கலந்து கொண்டார். மேலும் மேற்கத்திய கலாசாரம் பற்றிய உன்னதத்தையும், ஆர்வத்தையும் கொண்டிருந்தார். அதன் தொடர்ச்சியில் மேற்கத்திய செவ்வியல் இலக்கியங்களையும், அதன் ஆசிரியர்களையும் குறித்து அதிகம் படிக்க தொடங்கினார். ஒரு கட்டத்தில் அவரின் தந்தை எகிப்துக்கு திரும்ப வேண்டும் என்று நெருக்கடி கொடுத்ததன் காரணமாக அவர் எகிப்திற்கு திரும்பினார். மேற்கின் தாக்கம் காரணமாக அவருக்கு எகிப்திய வரவு வெறுமையை அளித்தது. அவரின் மனம் ஒருவித கலாசார இடைவெளியை இட்டு நிரம்பியதாக மாறியது. மீண்டும் பிரான்சு பற்றிய சிந்தனை அவரை ஆட்கொண்டது.

எகிப்திற்கு திரும்பிய காலத்தில் ஹக்கீமின் பணி நீதித்துறையில் இருந்தது. அதனை ஒட்டி பல நகரங்களுக்கும் புலம்பெயர வேண்டிய நிர்ப்பந்தம் ஏற்பட்டது. இதுவே அவருக்கு பல தேடல்களையும், அனுபவமார்ந்த சிறந்த வெளியையும் கொடுத்தது. இந்த பயணத்தின் தொடர்ச்சியில் அவருக்குள் ஒரு புனைவு வெளி உருவானது. அந்த அனுபவத்தை நாவலாக மாற்றினார் ஹக்கீம். இதுவே Memoris of a country prosecutor என்ற நாவலுக்கு தொடக்கம் குறித்தது. தன் வழக்கறிஞர் மற்றும் நீதித்துறை பணி சார்ந்த அனுபவ வாசிப்பை புனைவாக்கமாக வெளிப்படுத்தினார் தவ்பீக் ஹக்கீம். மேலும் இந்நாவல் எகிப்தின் மரபார்ந்த குடியானவர்களுக்கும் நெப்போலியன் காலத்து சட்ட விதிமுறைகளின் எச்சத்திற்குமான

உறவு முறையை குறித்தது. முதல் நாவல் Return of spirit என்ற பெயரில் 1928ல் வெளிவந்தது.

இருபதாம் நூற்றாண்டின் ஆரம்பகால கட்டத்தில் எகிப்திய இலக்கிய உலகில் தீவிரமாக இயங்கிய தவ்பீக் அன்றைக்கு எகிப்தை காலனிப்படுத்தி இருந்த பிரிட்டன் அரசிற்கு எதிராக தன் எழுத்தை பயன்படுத்தினார். அக்காலகட்டத்தில் வெளிவந்த பல கவிதைகள், நாவல்கள் மற்றும் நாடகங்கள் எகிப்தின் தேசிய உணர்வை தட்டியெழுப்பக்கூடியதாக இருந்தன. பிரான்சு வாழ்க்கை ஹக்கீமிற்கு மேற்கு பற்றிய உன்னத கற்பிதத்தை அளித்திருந்தாலும், பிரிட்டன் காலனியம் குறித்த எதிர்மறையான உணர்வை தான் கொண்டிருந்தார். அக்காலத்தில் எகிப்தின் கலை வடிவங்கள் மக்களை பிரிட்டனின் காலனி ஆதிக்கத்திலிருந்து விடுவிக்க கூடிய ஒன்றாக இருந்தன. அவை மக்களின் கூட்டு பிரக்ஞையோடு சிறந்த ஒன்றிணைவை கொடுத்தன. வாழ்விலிருந்து அந்நியப்பட்டு போன தவிப்பையும், ஏக்கத்தையும் அவரின் கதைகள் பிரதிபலித்தன. இதன் மொத்த செயல்பாடு அவரை எகிப்தின் பிரிக்கமுடியாத ஆளுமையாக அடையாளம் காட்டியது. அதன் தொடர்ச்சி தவ்பீக் மேற்குலகில் சிறந்த அரபு படைப்பாளியாக அடையாளம் காணப்பட்டார். அவரின் பல படைப்புகள் அரபி மொழியிலிருந்து ஆங்கிலம் மற்றும் ஜெர்மனிக்கு மொழிபெயர்க்கப்பட்டன. தன் வாழ்நாளில் தன் எழுத்துக்கள் மூலம் எகிப்திற்கும், அரபுலகிற்கும் சிறந்த பங்களிப்புகளை செய்த தவ்பீக் ஹக்கீம் 1987ல் மரணமடைந்தார்.

தவ்பீக் கடந்து போனாலும் அவரின் படைப்புகள் இன்னும் உயிர்வாழ்கின்றன.

இவரின் படைப்புகள்

- A Bullet in the Heart, 1926 (Plays)
- Leaving Paradise, 1926 (Plays)
- The Diary of a Prosecutor Among Peasant, 1993 (Novel) (translation exists at least into German and Swedish)
- The People of the Cave, 1933 (Play)
- The Return of the Spirit, 1933 (Novel)
- Sharazad, 1934 (Play)
- Muhammad the Prophet, 1936 (Biography)
- A Man without a Soul, 1937 (Play)
- A Sparrow from the East, 1938 (Novel)
- Ash'ab, 1938 (Novel)
- The Devil's Era, 1938 (Philosophical Stories)
- My Donkey told me, 1938 (Philosophical Essays)
- Braxa/ The problem of ruling, 1939 (Play)
- The Dancer of the Temple, 1939 (Short Stories)
- Pygmalion, 1942
- Solomon the Wise, 1943
- Boss Kudrez's Building, 1948
- King Oedipus, 1949
- Soft Hands, 1954
- Equilibrium, 1955
- Isis, 1955
- The Deal, 1956
- The Sultan's Dilemma, 1960
- The Tree Climber, 1966
- The Fate of a Cockroach, 1966
- Anxiety Bank, 1967
- The Return of Consciousness, 1974

ஒரு நகரமும் சாம்பலும்
எகிப்திய நாவலாசிரியர் யூசுப் இத்ரீஸ்

மனித நாகரீகத்தின் தோற்றமாகவும், பாரம்பரிய கலாசார சின்னங்களின் தடமாகவும் இருக்கும் எகிப்து பல நூற்றாண்டுகளாகவே பல கலைஞர்களை, எழுத்தாளர்களை, விஞ்ஞானிகளை, வரலாற்றாய்வாளர்களை உருவாக்கி இருக்கிறது. பல காலகட்டத்தில் பல எழுத்தாளுமைகள் உருவாகி இருக்கிறார்கள். இந்நிலையில் அரபு இலக்கியத்திலேயே முதன்முதலாக நோபல் பரிசு பெற்ற நகுப் மஹ்பூஸ் மற்றும் தவ்பீக் ஹக்கீம் வரிசையில் யூசுப் இத்ரீஸ் முக்கியமானவர். எகிப்தின் பைரம் மாகாணத்தில் 1927ல் பிறந்தார் இத்ரீஸ். பள்ளிப்படிப்பை சொந்த ஊரில் முடித்த இத்ரீஸ் உயர்கல்வியை கெய்ரோ பல்கலைகழகத்தில் முடித்தார். மருத்துவத்துறை மீதிருந்த ஆர்வம் காரணமாக உயர்கல்வியில் மருத்துவத்தை தேர்ந்தெடுத்தார் இத்ரீஸ். அதே பல்கலை கழகத்தில் முதுகலை மருத்துவப்படிப்பை முடித்த இத்ரீஸ் பின்னர் பயிற்சி மருத்துவராக கெய்ரோ மருத்துவமனையில் சேர்ந்தார். ஆரம்பகட்டத்தில் எகிப்தின் நாசரியத்திற்கு ஆதரவாக இருந்த அவர் பிந்தைய கட்டத்தில் அதற்கு எதிரான நிலைபாட்டை எடுத்தார். இதற்காகவே Poor layman என்ற நூல் அவரிடமிருந்து வெளிவந்தது. இதனால் மருத்துவமனையிலிருந்து பணியிடை நீக்கம் செய்யப்பட்டார் இத்ரீஸ். மேலும் அரபு தேசிய போராட்ட பிரக்ஞையை கொண்டிருந்ததால் சிறந்த தேசியவாதியாக அறியப்பட்டார். அவரின் அரசியல் உணர்வு மிகக்கூர்மையானது. விரிவும், ஆழமும் கவிந்த மனநிலையோடு வெளிப்படுத்தக்கூடியது. இதன் தொடர்ச்சியில் அவரிடமிருந்து சிறந்த அரசியல் கட்டுரைகள் எகிப்திய இதழ்களில் வெளிவந்தன. மேலும் புகழ்பெற்ற எகிப்திய அரபு இதழான அல் அஹ்ரத்தில் இவரின் தொடர்ச்சியான பங்களிப்பு உலகளாவிய கவனத்தை இவருக்கு பெற்றுத்தந்தது. ஒரு தேர்ந்த அரசியல் சிந்தனையாளராக இத்ரீஸின் பங்களிப்பு

எகிப்திய வரலாற்றிலிருந்து பிரிக்க முடியாதது. அரபு நாவல்களுக்கு நகுப் மஹ்பூஸ் பிதாமகனாக இருக்கும் பட்சத்தில், அரேபிய சிறுகதைகளுக்கு இத்ரீஸ் தான் எதார்த்த பிதாமகன். அவரின் உயிரோட்டமான, நுண்மையான புனைவுத்தன்மை கொண்ட பல சிறுகதைகள் அரபுலகில் பெரும் அதிர்வுகளை ஏற்படுத்தின. மேலும் எழுத்தில் மரபாக தொடரப்பட்டு வந்த அரபுமொழியை உடைத்து அதில் வட்டார வழக்காறுகளை இணைத்தவர். அதன் மூலம் கிராமத்து மொழியை, அதன் உணர்வை, கூட்டு சமூக உணர்வை அவரின் கதைகள் பிரதிபலித்தன. எதார்த்தவாத கதையமைப்பில் அவரின் கதைகள் பெரும்பாலும் வெளிவந்தன. இவரின் முதல் கதைத்தொகுப்பு Cheapest night and other stories என்ற பெயரில் 1954ல் வெளிவந்தது. அதில் அவரின் சுய போராட்ட உணர்வுகள் அதிகம் பிரதிபலித்தன. இவரின் படைப்புகள் பெரும்பாலும் வறுமை, பாலியல் உணர்வுகள், பாலியல் வறட்சி, மத அடிப்படைவாதம், ஒடுக்கப்பட்ட மனிதனின் வலி, துயரம் போன்றவைகளின் கூட்டாக இருந்தன. இந்த மனித உணர்தொகுதிகளை புனைவு வெளியில் காட்சி சித்திரங்களாக பிரதிபலித்தவை இவரது கதைகள். இவரின் முக்கிய நாவலான The Sinners இதன் சிறந்த வெளிப்பாட்டு உதாரணம். மனித வாழ்க்கையை போல் வலியும், மீட்டெடுக்க முடியாத துயரம் நிரம்பியது வேறில்லை என்பது இத்ரீஸின் முக்கிய பிரயோகம். நாடகத்திலும் குறிப்பிடத்தக்க பங்களிப்பை செலுத்திய இத்ரீஸ் அரபு மொழியில் நாடகத்திற்கான தனிமொழியை உருவாக்கி அதை முன்னகர்த்தினார். மொத்தம் 9 நாடகங்கள் அவரால் எழுதப்பட்டுள்ளன. 11 சிறுகதை தொகுப்புகள் வெளிவந்திருக்கின்றன. மேலும் மூன்று நாவல்களை எழுதியிருக்கிறார். ஒவ்வொன்றுமே கலையின் உச்சகட்ட மெய்ம்மையை அடைபவை. அதற்கான தரிசனத்தையும் கொண்டவை. மேலும் பலமுறை நோபல் பரிசிற்காக பரிந்துரைக்கப்பட்ட இத்ரீஸுக்கு கடைசி வரை அது வாய்க்கப்படவே இல்லை. மாறாக நகுப் மஹ்பூஸுக்கு கிடைத்தது. மேலும் 1988ல் எகிப்திய அரசின் சிறந்த இலக்கிய பரிசு இவருக்கு கிடைத்தது. அது City of love and Ashes என்ற இவரின் நாவலுக்காக கிடைத்தது. இவரின் படைப்புகள் 24க்கும் மேற்பட்ட உலக மொழிகளில் மொழிபெயர்க்கப்பட்டுள்ளன. எகிப்திய விமர்சகர்கள் பலர் இவரை எகிப்திய கதை உலகின் நாயகர் என்கிறார்கள். இவரின் மூலம் தான் எகிப்திய/ அரபு கதை உலகம் மேலும் செழுமையானது. அடுத்தக்கட்டத்தை நோக்கி தன் நகர்வை செலுத்தியது. வெறும் மரபார்ந்த கற்பனா யுகத்தில் நிலைகொண்டிருந்த அரபு இலக்கியத்தை தனித்துவமான,

உயிரோட்டமுள்ள, இயங்குநிலை கொண்ட வடிவத்திற்கு மாற்றியவர் இத்ரீஸ் என்கிறார்கள் அரபு விமர்சகர்கள். இத்ரீஸின் படைப்பு வெளி முழுவதும் ஒடுக்கப்பட்ட, வாழ்விலிருந்து அந்நியப்பட்டுபோன, துயரார்ந்த மனிதர்கள் பற்றிய பதிவுகளாகவே இருக்கிறது. இந்நிலையில் தன் எழுத்து மற்றும் பிற தொடர்ச்சியான செயல்பாடுகள் மூலம் அரபுலகில் தீவிரமாக இயங்கி வந்த இத்ரீஸ் 1991ல் மரணமடைந்தார். இவரின் மகளான நெஸ்மா இத்ரீஸ் இன்றைய எகிப்தின் சிறந்த எழுத்தாளர். இத்ரீஸின் பெரும்பாலான படைப்புகள் ஆங்கிலத்தில் மொழிபெயர்க்கப்பட்டு விட்டன. ஆக இருபதாம் நூற்றாண்டு அரபு இலக்கியத்தில், புனைவுலகில் யூசுப் இத்ரீஸ் ஒரு தவிர்க்கமுடியாத ஆளுமை.

- Idris, Yusuf: The Sinners 1984, U.S.A., (First English Language Edition.) (many reprints)
- Idris, Yusuf: Rings of Burnished Brass 1992, American University in Cairo Press, (translator: Catherine Cobham)
- Idris, Yusuf: City of Love and Ashes 1999, American University in Cairo Press,

Short Stories

- The Cheapest Nights.
- Isn't it?
- Dregs of the city.
- The Hero.
- An incident of Honour.
- The End of the world.
- Tha Language of Oh Oh.

- The summons.
- A House of Flesh.
- I am Sultan of the law of existence.
- The Freak
- The Cotton King & Farahat's republic. Two Plays
- The Critical Moment.
- Al-Farafir.
- Earthly Comedy.
- The striped Ones.
- The Third Sex.
- Towards an Arabic Drama
- The Harlequin
- Novels and Novellas
- Farahat's Republic & A Love story. [Two novellas]
- The Sin.
- The Disgrace.
- Men and Bulls, The Black Soldier, Mrs. Vienna. [Novellas]
- The White.
- Other writings
- Not very frankly speaking

யாகூபின் கட்டிடம் தரும் நிழல்
எகிப்திய எழுத்தாளர் அலா அல் அஸ்வானி

அரபு இலக்கிய உலகில் எகிப்து தன் தொடர்ச்சி சார்ந்து உருவாக்கிய ஆளுமை அலா அல் அஸ்வானி. மிகப்பெரும் கல்வி பாரம்பரியமிக்க குடும்பத்தில் பிறந்து இன்றைய நவீன அரபு எழுத்தாளராக சுழலுல் அஸ்வானி தன் படைப்புகள் மூலம் எழுத்துலகில் தனியாக முத்திரை பதித்தவர். புனைவு சார்ந்த எழுத்தின் எவ்வித வழுவலையும் நேர்த்தியாக அவதானிக்கக்கூடியவர். எகிப்திய புரட்சி நடந்த சில வருடங்களில் அதாவது 1957ல் எகிப்தின் தலைநகரான கெய்ரோவில் அஸ்வானி பிறந்தார். அவரின் குடும்பம் பெரும் கல்வி பின்னணியை சார்ந்தது. அவரின் மாமனார் எகிப்திய கல்வி அமைச்சராக பணிபுரிந்தவர். அஸ்வானியின் தந்தை அப்பாஸ் அஸ்வானி சிறந்த வழக்கறிஞராக இருந்தார். எழுத்தாளரும் கூட. எகிப்தில் இருந்து வெளிவந்த பத்திரிகை ஒன்றில் பத்தி எழுத்தாளராக இருந்தார் அப்பாஸ் அஸ்வானி. ஆலா அல் அஸ்வானிக்கு 19 வயது இருக்கும் நிலையில் அப்பாஸ் அஸ்வானி இறந்து விட்டார். இலக்கியத்திற்கான எகிப்திய அரசின் விருது அப்பாஸ் அஸ்வானிக்கு கிடைத்தது.

ஆலா அல் அஸ்வானி அடிப்படையில் ஒரு மருத்துவர். எகிப்தின் கெய்ரோ நகரில் உள்ள ஒரு மருத்துவ கல்லூரியில் பல்மருத்துவ படிப்பை படித்தார் அஸ்வானி. மேலும் முதுகலை படிப்பை அமெரிக்காவின் சிகாகோ நகரில் படித்தார். அங்கு இலக்கியத்தையும் கூடுதலாக கற்றார். அரபி, ஆங்கிலம், ஸ்பானிஷ், மற்றும் பிரெஞ்சு மொழியில் சரளமாக பேசும் அறிவை பெற்ற அஸ்வானி எகிப்திய பத்திரிகைகளில் பல கட்டுரைகளை எழுதினார். அவரின் பல கட்டுரைகள் மேற்கத்திய பத்திரிகைகளில் கூட வெளிவருகின்றன. Independent, Guardian, Lemonde போன்ற பத்திரிகைகளில் தொடர்ந்து அஸ்வானி எழுதி வருகிறார்.

இவரின் முதல் நாவல் 1990ல் The Papers of Essam abdel Aaty என்ற பெயரில் வெளிவந்தது. இது எகிப்து சார்ந்த சில சித்திரங்களை அளித்தது. அதன் பிறகு அவரின் இரண்டாம் நாவல் 2002ல் Yacoubian building என்ற பெயரில் வெளிவந்தது. எகிப்திய சமூக விலக்கல்கள், அரசின் ஊழல்கள் மற்றும் பொருளாதார சுரண்டலை இது குறித்தது. இதன் கதைவெளி மேற்கண்ட அம்சங்களின் கதையாடலுடன் நகர்ந்தது. சிறந்த நாவலுக்கான கதையமைப்பும், உள்ளோட்டமும் இதில் சரியாக அமைந்தன. மேலும் அவரின் படைப்புகளிலேயே சிறந்த படைப்பாக இது மதிப்பிடப்பட்டு பல உலக மொழிகளில் மொழிபெயர்க்கப்பட்டது. திரைப்படமாகவும் எடுக்கப்பட்டு பல சர்வதேச திரைப்பட விழாக்களில் திரையிடப்பட்டு பெரும் கொந்தளிப்பை ஏற்படுத்தியது. எகிப்திய அரசானது முதலில் எகிப்தில் இதனை திரையிட அனுமதிக்கவில்லை. பின்னர் எதிர்ப்புக்கிடையே திரையிட அனுமதித்தது. அதன் சூட்சுமம் நாவல் சென்றடையாத வாசகர்களையும் திரையின் மூலம் சென்றடைய வைத்தது. எகிப்தின் கெய்ரோ நகரில் மையப்பகுதியில் உள்ள ஒரு அடுக்குமாடி குடியிருப்பின் காவலாளியின் அன்றாட வாழ்க்கை சார் பதிவுகள், அதன் துயரம், துன்பம், ஏக்கம், தவிப்பு போன்ற கூறுகளின் தொடர்ச்சியாகவும் இதன் கதைவெளி இருக்கிறது. மேலும் காதலுக்கும், நிஜ வாழ்க்கைக்குமான தொடர்பு ஆகியவற்றை குறித்தும் இது உரையாடுகிறது. மேலும் காதலின் பெயரில் பொது வாழ்க்கையிலும், தனிப்பட்ட வாழ்க்கையிலும் காணப்படும் சித்திரவதைகள், மனச்சித்திரங்கள் இவற்றை குறித்தும் இதன் வெளி நீள்கிறது. இந்த நாவலின் வெற்றியை தொடர்ந்து அஸ்வானி பல கதைகளை எழுதினார். அது தொடர்ந்து கொண்டிருக்கிறது.

அஸ்வானி அடிப்படையில் ஒரு பல் மருத்துவர். அதே நேரத்தில் சிறந்த எழுத்தாளர். எப்படி இரண்டையும் ஒரே நேரத்தில் கையாள முடிகிறது என்ற கேள்விக்கு அவர் மருத்துவர்களும், நாவலாசிரியர்களும் மனிதனின் வலியை புரிந்து கொள்வதில் ஆர்வமாக இருக்கின்றனர் என்றார். மேலும் 2011ல் நடந்த எகிப்திய புரட்சியை பற்றி குறிப்பிட்ட அஸ்வானி இது நாம் மிகப்பெரும் ஆச்சரியத்திற்குள் இருக்கிறோம் என்று நினைக்கிறேன். "எகிப்தியர்கள் மிகப்பெரும் மாற்றத்தை நோக்கி போய்க் கொண்டிருக்கிறார்கள் என்று நீண்ட நாட்களுக்கு முன்பு நான் குறிப்பிட்டது இப்போது நிகழ்ந்து கொண்டிருக்கிறது" என்றார். மேலும் எகிப்தில் புரட்சிகர அரசியல் மாற்றம் ஏற்பட வேண்டும் என்றார். முபாரக்கை தூக்கி எறிந்து விட்டு ஆட்சிக்கு வந்திருக்கும் சகோதரத்துவ இயக்கத்தின் முழக்கமான இஸ்லாமே தீர்வு

என்பதற்கு மாறாக ஜனநாயகமே தீர்வு என்று மொழிந்தார் அஸ்வானி. ஜனநாயகம் என்பது மட்டுமே ஒரு நாட்டின் சிறந்த கருவியாக இருக்க முடியும். அது மட்டுமே குறிப்பிட்ட நாட்டின் விடுதலைக்கான வழியாக இருக்க முடியும் என்று உறுதியாக நம்பினார். மேலும் உங்களின் நாட்டில் ஒரு நல்ல விஷயத்தை காண முடியாவிட்டால் நீங்கள் அதை வேறு எங்கும் காண முடியாது என்றார். மேலும் எழுத்தறிவின்மை ஜனநாயக நடைமுறையை தாமதப்படுத்தாது. இந்தியாவின் ஜனநாயக நடைமுறை அதற்கு சாட்சியாக இருக்கிறது. ஆக ஒருவர் தன் ஆட்சியாளரின் ஊழல் மற்றும் ஒடுக்குமுறைப்பற்றி அறிய பல்கலைகழக சான்றிதழ் தேவையில்லை. மேலும் எழுத்தறிவின்மையை போக்க நாம் சிறந்த, நேர்மையான ஆட்சியாளர்களை தேர்ந்தெடுக்க வேண்டும் என்றார் அஸ்வானி. ஆக அஸ்வானியின் சிந்தனைதளம் மற்றும் செயல்பாடு இலக்கியத்தை தாண்டி அரசியல் வெளிப்பாட்டு வரை நீண்டது. தற்கால எகிப்தின் சிறந்த நட்சத்திர இலக்கிய ஆளுமையாக அஸ்வானி இருக்கிறார். அவரின் எழுத்தியக்கமும், வெளிப்பாடும் தொடர்ந்து கொண்டிருக்கிறது.

அவரின் படைப்புகள்

நாவல்கள்

- *1990*: Awrak Issam Abdel Aty, (Arabic: أوراق عصام عبد العاطي, "The Papers of Essam Abdel Aaty")
- 2002: Imrat Ya'qbin, (Arabic: عمارة يعقوبيان, "Yacoubian Building")
- 2007: Chicago, (Arabic: شيكاجو)
- 2013: Nadi As-Sayarat, (Arabic: نادي السيارات, "Automobile Club")

சிறுகதைகள்
- 1990: Allazi Ektarab Wa Ra'a, (Arabic: الذي اقترب ورأى, "Who Approached And Saw")
- 1998: Gam'eyet Montazeri Al-Za'eem, (Arabic: جمعية منتظري الزعيم, "Waiting for a Leader")
- 2004: Nrn sadqa, (Arabic: نيران صديقة, "Friendly Fire")

ஆங்கில மொழிபெயர்ப்புகள்
- Alaa al Aswany, Friendly Fire: Ten Tales of Today's Cairo, Humphrey Davies (translator), The American University in Cairo Press, 2008
- Alaa al Aswany, Chicago, Farouk Abdel Wahab (translator), The American University in Cairo Press, 2008
- Alaa al Aswany, The Yacoubian Building, HarperPerennial, 2007
- Alaa al Aswany, The Yacoubian Building, Fourth Estate, 2007
- Alaa al Aswany, The Yacoubian Building, Humphrey Davies (translator), HarperPerennial, 2006
- Alaa al Aswany, The Yacoubian Building, Humphrey Davies (translator), The American University in Cairo Press, 2004

சூரிய மனிதனின் நிழல் பிம்பம்
பாலஸ்தீன் எழுத்தாளர் ஹசன் ஹனபானி

நிழலை உட்கவிந்த சூரியன் அதை முன்னோக்கி நகர்த்திக் கொண்டே இருக்கிறது. அதன் ஒவ்வொரு அசைவியக்கமும் ஒரு கோட்டை வரைந்து கொண்டே செல்கிறது. இன்றும் விடிவுபிறக்காத பாலஸ்தீனின் வலிகள் விசனகரமானவை. முடிவுறா பயணத்தில் இருப்பவை. அத்தகைய சூழலில் இருந்து உருவாகும் வரிகள் உயிர்ப்பானவை. வலியின் நெடிமையிலிருந்து பிறப்புகொள்பவை. வலிமைமிக்கவை. உறுதியான இயங்குதளத்தைக் கொண்டவை. எழுத்தின் அதிகபட்ச உயரத்தைத் தொடுபவை. அத்தகைய பாலஸ்தீனிலிருந்து பல அறிவுஜீவிகள், எழுத்தாளர்கள் உருவாகி இருக்கிறார்கள். அவர்களில் ஹசன் ஹனபானி ஒருவர். பாலஸ்தீனின் அக்கர் பகுதியில் 1936ஆம் ஆண்டு பிறந்தார் கனபானி. அவரின் பிறப்பு நிரந்தரமாக புலம்பெயர்தலையும், அகதித் தனத்தையும் இயல்பாக உட்கொண்டிருந்தது. அதன் காரணமாக பிறந்த சில வருடங்களில் இஸ்ரேலின் தாக்குதல் காரணமாக லெபனானுக்கு இவரின் குடும்பம் புலம்பெயர்ந்தது. சிறிது காலம் ஜாபா பகுதியில் பள்ளிப்படிப்பை முடித்த கனபானி பின்னர் லெபனானில் அதை தொடர்ந்தார். பின்னர் சிரியாவின் டமாஸ்கஸிலும் அதைத் தொடர்ந்தார். இந்நிலையில் 1952ல் ஐ.நா.வின் பாலஸ்தீன அகதிகள் கல்விச் சான்றிதழைப் பெற்றார். கனபானியின் குடும்பம் வாழ்நாளில் எப்போதும் புலப்பெயர்வுக்கு உள்ளாகிக்கொண்டே இருந்தது. அவர்கள் எங்குமே நிரந்தர வேரை இட்டுக்கொள்ள முடியவில்லை. மேலும் அன்றைய காலகட்டத்தில் பாலஸ்தீன அகதிகள் எல்லோருக்கும் அவர்களின் முழு விபரங்கள் அடங்கிய அடையாள அட்டை தரப்பட்டது. அதன் வழி மட்டுமே அவர்கள் மற்ற நாடுகளில் அகதியாக அனுமதிக்கப்பட்டனர். ஆனால் கனபானி குடும்பத்தினர் அதை தொலைத்து விட்டபடியால் அவர்கள் பல

நாடுகளில் நிரந்தர அகதிகளாக வாழ முடியவில்லை. சிலகாலம் மட்டுமே அங்கு அனுமதிக்கப்பட்டனர்.

கனபானியின் வாழ்க்கை அவரால் நிரந்தரமாக ஏற்றுக்கொள்ள முடியாத ஒன்றாக இருந்தது. அவரின் அடையாளம் மற்றும் இருப்பு பல தருணங்களில் புலப்பெயர்வு காரணமாக கேள்விக்குள்ளாக்கப்பட்டது. உயர்கல்விக்கு பிறகு பல பாலஸ்தீன் ஆதரவு இயக்கங்களில் தன்னை உறுப்பினராக, செயல்பாட்டாளராக இணைத்துக்கொண்டார். இதே காலகட்டத்தில் சிரியாவின் டமாஸ்கஸ் பல்கலைகழகத்தில் அரபுஇலக்கிய பேராசிரியராக வேலைக்கு சேர்ந்தார். பின்னர் பாலஸ்தீன் அகதிகள் முகாமில் உள்ள குழந்தைகளுக்கு கல்வி கற்பிக்கும் வேலையை செய்தார். இதனிடையில் அதிகாரவர்க்கத்திற்கும் இவருக்கும் இடையே ஏற்பட்ட முரண்பாடு காரணமாக குவைத்திற்கு இவர் குடும்பம் புலம்பெயர நேரிட்டது.

குவைத்திற்கு சென்ற போது அரபு தேசியவாத தலைவரான ஜார்ஜ் ஹபஸ் என்பவருடன் தொடர்பு ஏற்பட்டது. அதன் மூலம் அவருக்கு அரபு தேசியவாதம் குறித்த புரிதலும், ஆர்வமும் ஏற்பட்டது. மேலும் அவர் மூலமாக மார்க்சியம், அரசியல் பொருளாதாரம் குறித்த வாசிப்பில் தொடர்ச்சியாக ஈடுபட்டார். இதன் தொடர்ச்சியில் குவைத்திலிருந்து வெளிவந்த அல்ராய் தினசரியின் ஆசிரியராக பணியேற்றார். 1960ல் மீண்டும் லெபனானின் பெய்ரூட்டிற்கு புலம்பெயர்ந்த கனபானி அங்கு அரபு தேசியவாத கட்சியுடன் தொடர்ச்சியான செயல்பாடுகளில் ஈடுபட்டார். தேசியவாத இயக்கத்தின் பல இதழ்களை பொறுப்பேற்று அதனை தொடர்ச்சியாக வெளிக்கொண்டு வந்தார். ஹசனின் வாழ்நாளின் பெரும் பங்களிப்பு என்பது அவரின் பாலஸ்தீனிய விடுதலை இயக்கத்தின் செயல்பாடாகும். பாலஸ்தீனிய விடுதலை இயக்கத்தில் தொடர்ச்சியாக செயல்பட்டு தன் சொந்த மக்களுக்காக உறுதியான, வலிமையான போராட்டங்களை முன்னெடுத்தார்.

அவரின் அரசியல் சிந்தனைத்தளமும், போராட்டமும் அவருக்கான கலையை, புனைவெழுத்தை உருவாக்கின. அரசியலும், புனைவும் ஹனபானியிடமிருந்து பிரிக்க முடியாத ஒன்றாக மாறியது. அவரின் அரசியல் நிலைபாட்டிற்கும் நாவலுக்குமான தொடர்பு குறித்து ஒரு முறை அவரிடம் கேட்கப்பட்டது. அதற்கு ஹனபானி இவ்வாறு பதிலளித்தார். “என் அரசியல் சிந்தனைகள் என்னை ஒரு தேர்ந்த நாவலாசிரியராக உருவாக்குகின்றன. அரசியல் செயற்பாட்டாளர் என்ற முறையில் நான் ஒரு நாவலாசிரியராக

உருமாறுகிறேன். நாவலும் அரசியல் சிந்தனையும் என்னிலிருந்து பிரிக்க முடியாத ஒன்றாக இருக்கிறது". அவருக்கான அரசியல் சிந்தனை தளம் என்பது அவரின் மார்க்சிய சிந்தனைகள் மீதான ஈர்ப்பின் வெளிப்பாடே.

ஹனபானியின் சிந்தனை மற்றும் படைப்பு முதிர்ச்சி என்பது அரபு தேசியவாதியான ஜார்ஜ் ஹபஸுடன் அவரின் தொடர்புக்கு பிந்தைய ஒன்றே. அரபுலகில் சோஷலிச புரட்சி ஏற்படாதவரைக்கும் பாலஸ்தீன் விடுதலை சாத்தியமல்ல என்பதே ஹனபானியின் நிலைபாடு. மேலும் தேசிய இன ஒற்றுமை என்பது விடுதலைக்கான சிறந்த ஆயுதம் என்று ஹனபானி நம்பினார். இவரின் சிந்தனைகளை வடிவமைத்தது மற்றும் அதனை செயலாக்க தூண்டியது போன்றவவை அரபு தேசிய இயக்க தலைவர் ஹபஸியின் தூண்டல் தான். பாலஸ்தீன் விடுதலை இயக்கத்தில் இவர் செயல்பட்ட காலத்தில் இயக்கம் சார்பில் வெளிவந்த Palestine affairs என்ற பத்திரிகையில் தொடர்ந்து எழுதினார். அது ஹனபானியின் அரசியல் சிந்தனைகளை வெளிப்படுத்துவதற்கான சிறந்த களமாக இருந்தது. அரபு தேசியவாத இயக்கத்தில் இவர் செயல்பட்ட காலத்தில் அதற்கான வரைவு திட்டத்தை மார்க்சிய லெனினிய அடிப்படையில் தயாரித்தார். அது இயக்கத்தின் தொடர்ச்சியான போராட்ட செயல்பாடுகளுக்கு வழிவகுத்தது. மேலும் இயக்கம் சார்பில் வெளிவந்த மற்றொரு இதழான அல் கதபில் தொடந்து கலாசாரம், வரலாறு தொடர்பான விஷயங்களை எழுதினார். அது அரபுலகில் பரவலான தாக்கத்தை ஏற்படுத்தியது.

ஹனபானியின் படைப்பு வாழ்க்கை அவரின் அகதி வாழ்க்கையோடு நெருங்கிய தொடர்புடையது. குறிப்பாக குவைத்திற்கு புலம்பெயர்ந்த நிலையில் அவர் கதைகளை எழுத ஆரம்பித்தார். குவைத்தில் இருந்த காலத்தில் ரஷ்ய இலக்கியங்களை மிகுந்த ஆர்வமாக படிக்க ஆரம்பித்தார். குறிப்பாக டால்ஸ்டாயும், தஸ்தாவ்ஸ்கியும் அவருக்கு மிக பிடித்தமான எழுத்தாளர்களாக இருந்தனர். அவரின் முதல் சிறுகதை தொகுப்பு Men in the Sun என்ற பெயரில் 1962ல் வெளிவந்தது. பாலஸ்தீன் மற்றும் அரபு தேசியப் போராட்டங்கள் குறித்த அரசியல், சமூக, கலாசார சித்திரமாக அது அமைந்தது. மேலும் சியோனிச இலக்கியத்தில் மதமும், இனமும் எவ்வாறு உள்ளியங்குகிறது என்பதைப்பற்றி விரிவாக ஆராய்ந்தார். பல இதழ்களில் தொடர்ச்சியாக அதைப்பற்றி எழுதினார். ஹனபானியின் கதைகள் மற்றும் நாவல்கள் இன்றைய அரபு இலக்கியத்தில் தீவிர உள்ளோட்டத்தை செலுத்துகின்றன. அவரின் கதையாடல்கள் சிக்கலானவை. நேர்கோடற்றவை. புலம்பெயர்ந்த மற்றும் அகதிவாழ்க்கையை வேராகக்கொண்டவை. மேலும் படைப்பாளி என்ற நிலையை தாண்டி ஹனபானி சிறந்த இலக்கிய விமர்சகராகவும் இருந்தார். 1948 முதல் 1968 வரையிலான பாலஸ்தீன் எழுத்தாளர்களை அவர்களின் படைப்புகளை தொடர்ந்து முன்னிலைப்படுத்தினார். மேலும் ழீன்பால் சார்த்தரின் தாக்கத்தின் விளைவாக அரபு இலக்கியங்களும் மாற்றத்திற்கு உட்பட வேண்டும் என்றார் ஹனபானி.

ஹனபானியின் எழுத்து மற்றும் அரசியல் செயல்பாடுகள் அரபுலகில் தீவிரமாக இருந்த நிலையில் ஒரு கட்டத்தில் இஸ்ரேலுக்கு பெரும் சவாலான நபராக மாறினார். இஸ்ரேலிய உளவுத்துறையான மொசாத் இவரை தொடர்ந்து குறிவைத்தது. இந்நிலையில் இவரின் 36ம் வயதில் 1972ல் பெய்ரூட்டில் கார் பயணத்தின் போது அதில் ஏற்பட்ட குண்டுவெடிப்பு காரணமாக இறந்தார். அவருடன் பயணம் செய்த அவரின் உறவினரும் குண்டுவெடிப்பில் உடன் பலியானார். சந்தேகமான, விடையளிக்கப்படாத இவரின் மரணம் நீண்டகாலத்திற்கு பிறகு இஸ்ரேலின் உளவுத்துறை தான் அதற்கு காரணம் என்று உறுதிசெய்யப்பட்டது. அரபுலகின்/ பாலஸ்தீனின் சிறந்த படைப்பாளியாக, அரசியல் செயற்பாட்டாளராக இயங்கிய ஹனபானியின் இளமை படுகொலை மிகுந்த துயரமானது. ஈடுகட்ட முடியாதது. இஸ்ரேல் வரலாற்று ரீதியாக இம்மாதிரியான காரியங்களில் தொடர்ந்து ஈடுபட்டு வந்திருக்கிறது. அதன் மூலம் பாலஸ்தீனை அறிவுதளத்தில் காலிசெய்யலாம் என்ற அதன் கணிப்பே அதற்கான காரணம். ஆக இருபதாம் நூற்றாண்டு

அரபுலகின் மிகச்சிறந்த படைப்பாளுமை ஹசன் ஹனபானி. ஹனபானியின் படைப்புகள் பெரும்பாலும் ஆங்கிலத்திலும், உலகின் மற்ற மொழிகளிலும் மொழிபெயர்க்கப்பட்டிருக்கின்றன.

அவரின் மொழிபெயர்க்கப்பட்ட படைப்புகள்.

- Kanafani, Ghassan (Translated by Hilary Kilpatrick): Men in the Sun and Other Palestinian Stories
- Kanafani, Ghassan and Barbara Harlow, Karen E. Riley: Palestine's Children: Returning to Haifa & Other Stories.
- Kanafani, Ghassan, with Roger Allen, May Jayyusi, Jeremy Reed: All That's Left to You Interlink World Fiction, 2004.

அவரின் அரபு படைப்புகள்

- mawtsarirraqam 12, 1961 12, A Death in Bed No. 12)
- ard al-burtuqal al-hazin, 1963, The Land of Sad Oranges)
- rijal fi-sh-shams, 1963, (Men in the Sun)
- al-bab, 1964, (The Door)
- 'aalamlaysalana, 1965, (A World that is Not Ours)
- 'adab al-muqawamah fi filastin al-muhtalla 1948-1966, 1966 1948-1966, (Literature of Resistance in Occupied Palestine)
- matabaqqalakum, 1966, (All That's Left to You)
- fi al-adab al-sahyuni, 1967 (On Zionist Literature)
- al-adab al-filastini al-muqawimtaht al-ihtilal: 1948-1968, 1968 (1948-1968, Palestinian Resistance Literature under the Occupation 1948-1968)
- 'anar-rijalwa-l-banadiq (1968 On Men and Rifles)
- ummsa'd, 1969 (Umm Sa'd)
- a'idilaHayfa, 1970, (Return to Haifa)
- al-a'mawa-al-atrash, 1972, (The Blind and the Deaf)
- BarquqNaysan, 1972 (The Apricots of April)
- al-qubba'ahwa-l-nabi, 1973 (The Hat and the Prophet) incomplete
- thawra 1936-39 fi filastin, 1974 1936-39 (The Revolution of 1936-39 in Palestine)
- jisrila-al-abad, 1978, (A Bridge to Eternity)
- al-qamis al-masruqwa-qisasukhra, 1982 (The Stolen Shirt and Other Stories)
- 'The Slave Fort' in Arabic Short Stories, 1983 (transl. by Denys Johnson-Davies)
- farisfaris, 1996 (Knight Knight)

ஷஹ்ராவும், மணற்காற்றும் லெபனான் எழுத்தாளர் ஹனான் அல் ஷெய்க்

மத்திய கிழக்கில் வரலாற்றில் லெபனானுக்கு குறிப்பிட்ட கவனம் உண்டு. காரணம் லெபனான் வரலாற்றின் நகர்வில் பல துயரங்களையும், வலிமிக்க பதிவுகளையும் கொண்டிருக்கிறது. ஒரு தேர்ந்த பிரதேசத்தின் நெகிழ்வுநிலையோடு நாம் அதனை அணுக முடியும். அறுபதுகளின் தொடக்கத்தில் உள்நாட்டுப்போரால் சீர்குலைந்த லெபனான் பிந்தைய கட்டத்தில் மத்திய கிழக்கு நாடுகளின் நீரோட்டத்தோடு கலந்தது. இந்த லெபனானின் வசந்த காலத்தில் நெடியில் இருந்து நிறைய எழுத்தாளர்கள் உருவாயினர். அவர்களுள் ஒருவர் தான் ஹனான் அல் ஷெய்க்.

லெபனானின் ராஸ் அல் நபா என்ற இடத்தில் மரபாந்த குடும்ப பின்னணியோடு 1945ல் பிறந்தார் ஹனான் அல் ஷெய்க். பள்ளிக்கல்வியை அங்குள்ள ஆரம்பப்பள்ளியில் முடித்த ஹனான் கல்லூரி படிப்பை லெபனானின் அமெரிக்க பல்கலைகழகத்தில் முடித்தார். இளமைகாலத்திலேயே எழுத்து, இலக்கிய ஆர்வம் உள்ளவராக இருந்த ஹனான் பின்னர் அங்குள்ள பத்திரிகைகளில் எழுத தொடங்கினார். தன் குடும்ப கட்டமைப்பு மற்றும் அதன் கால அமைவு காரணமாக ஒரு கட்டத்தில் அதனை விட்டு பிரிந்து தன் காதலனை திருமணம் செய்து அவருடன் வாழத்தொடங்கினார். ஆனால் சிறிது காலத்திலேயே அவரின் காதலன் விபத்து காரணமாக உயிரிழந்தார். பின்னர் எழுத்து வாழ்க்கை கொடுத்த கட்டற்ற சுதந்திரம் காரணமாக தனியாக வாழத்தொடங்கினார் ஹனான். இதன் தொடர்ச்சியில் அறுபதுகளில் அவரின் எழுத்துவாழ்க்கை இன்னொரு கட்டத்திற்கு நகர்ந்தது. பட்டப்படிப்பிற்கு பிறகு அங்குள்ள பெண்கள் இதழான அல் ஹஸ்னாவில் வேலைக்காக இணைந்தார் ஹனான். அங்குள்ள பிரபல அரபு பத்திரிகையான அந்நஹாரில் எழுதத்தொடங்கினார். இந்த இரண்டு இதழ்களின் அனுபவம் அவரின் எழுத்து மற்றும் இலக்கிய படைப்பாக்கத்தின்

எல்லையை விரிவடைய செய்தது. இந்த தொடர்ச்சி ஹனானை ஒரு சிறந்த படைப்பாளியாக மாற்றுவதற்கான தகுதியை முன்னோக்க செய்தது. இந்த உத்வேகத்தில் அவர் கதைகளை எழுதினார். அவற்றில் பல பிரசுரமாயின. இதன் தொடர்ச்சியில் 1970ல் Suicide of dead man என்ற பெயரில் அரபியில் நாவல் ஒன்றை எழுதினார். அது அரபியில் மேற்கண்ட பொருள்படியான Intihar Rajol Mayyit என்ற பெயரில் இருந்தது. இது பாலியல், அதிகார போராட்டம், சுரண்டல், மனித அநீதிகள் ஆகியவற்றிற்கு எதிராக இருந்தது. இது அப்போது உலகம் முழுக்க பெரும் பாதிப்பு செலுத்திய சார்த்தரின் இருத்தலியல் கருத்தியலை ஒட்டி இருந்தது. வாழ்வின் அர்த்தங்களை தேடுவதாக அமைந்தது. மனித வாழ்வின் சலனங்கள் ஒரு கணத்தை தாண்டி நிற்பதில்லை. அதன் இருப்பு நிலையானதல்ல. சகமனிதன் தன்னை அறிந்து கொள்வதன் அவசியம் குறித்தும் அந்த நாவலின் கதையம்சம் இருந்தது. இதன் பின்னர் அடுத்த நாவல் Devil's horse அதாவது Farars al Shaitan என்ற பெயரில் வெளிவந்தது. இது அவரின் சுயசரிதை வடிவிலாக இருந்தது. அவரின் முழுமையான வாழ்வியல் பின்னணி, குடும்பத்தினருடனான உறவுமுறை, திருமண பந்தம், இல்லற வாழ்க்கை போன்ற பல விசயங்களோடு இதன் கதைவெளி அமைந்தது. அந்தரங்க வாழ்க்கையின் அகோன்னதத்தை பற்றிய வெளிப்படையான பதிவும், அதன் சாரமும், உன்னதமும் ஒருங்கிணையும் வெளியாக ஒன்றாக இருந்தது அவரின் இரண்டாம் நாவல். இரண்டு நாவல்களின் தொடர்ச்சியோடு லெபனானில்

ஏற்பட்ட உள்நாட்டுப்போர் காரணமாக 1976ல் ஹனான் சவூதி அரேபியாவிற்கு புலம் பெயர்ந்தார். இதன் தாக்கம் அவரை மூன்றாம் நாவலை நோக்கி நகர்த்தியது. அதன் உருவாக்கம் உடனடியான ஆனால் அவசியமான தருணத்தில் இருந்தது. அது The Story of Zahara என்ற பெயரில் வெளிவந்தது. முழுக்கவும் லெபனானின் உள்நாட்டுப்போர் குறித்ததாக இருந்தது அது. லெபனானின் வரலாற்றிலிருந்து எவ்வாறான பாடங்களை அதன் குடிமகன் கற்றுக்கொள்ள வேண்டும் என்பதாகவும், அதன் வரலாற்று தொடர்ச்சி ஒரு சிதைந்த மனநிலையை ஒரு படைப்பாளியாக தனக்கு அது அளிப்பதாகவும் குறிப்பிட்டார் ஹனான். மேலும் இந்நாவலின் முக்கிய கருவே சஹ்ரா என்ற பெண்ணை பற்றியது. சஹ்ரா லெபனானில் கடும் ஒடுக்குமுறைக்கு உள்ளாக்கப்படுகிறாள். மேலும் அங்குள்ள உள்நாட்டுப் போராலும் பாதிக்கப்படுகிறாள். இதனிலிருந்து விடுபட அவள் அங்கிருந்து புலம்பெயர முடிவு செய்கிறாள். ஆனால் அந்த இடமும் அவ்வாறே இருக்கிறது. இதனின் நீட்சியாக பெண்ணை பற்றிய சித்திரங்கள் அரபுலகில் எவ்வாறு ஆண் மனதில் கட்டமைக்கப்பட்டிருக்கின்றன என்பதை குறித்த முழுமையான சித்திரமாக இந்நாவல் அமைந்தது. பெண்கள் சார்ந்த பிரச்சினைகளான கருக்கலைப்பு, கற்பு, விவாகரத்து, சட்டவிரோத உறவு போன்ற பல விவகாரங்கள் குறித்த சித்திரமாகவும் இந்நாவல் அமைந்தது. மேலும் அரபுலகில் இது ஏற்படுத்திய மிகப்பெரும் அதிர்வு காரணமாக பல அரபு நாடுகள் இந்நாவலை தடை செய்தன. ஆனால் தடை ஏற்படுத்திய விளைவு காரணமாக உலகம் முழுவதும் இது பெரும் கவனத்தை பெற்றது. ஹனானுக்கு பல விருதுகளை இதன் மூலம் வாங்கி கொடுத்தது. மேலும் முதலில் இந்நாவலை அரபு மொழியில் பதிப்பதற்கு எந்த பதிப்பகமும் முன்வரவில்லை. இதனால் அவரே சொந்த பணத்தில் இதை வெளியிட்டார். பெண் விடுதலை குறித்த அதீதமான கதையாடலாக இருப்பதால் அரபு பதிப்பகங்கள் இதை வெளியிட தயங்கின.

ஹனானின் எழுத்து தொடர்ந்த ஊடுபாவலை அரபு மற்றும் மேற்கின் இலக்கிய உலகில் ஏற்படுத்திய நிலையில் அவருக்கு அடுத்த கட்டமாக பல நாவல்களையும், சிறுகதைகளையும் எழுதுவதற்காக உந்துதலை இது அளித்தது. சவூதி வாழ்க்கையின் தருணங்களை தொடர்ந்து 1982ல் ஹனான் லண்டனுக்கு புலம் பெயர்ந்தார். அங்கிருந்து தன் எழுத்து செயல்பாடுகளை தொடர்ந்தார். மேற்கத்திய வாழ்க்கை அவருக்கு இன்னொரு மனோபாவத்தையும், புதிய சிந்தனை தளத்தையும் கொடுத்தது. இதன் தொடர்ச்சியில் 1989ல் Women of Sand and Myrrh என்ற நாவல் அவரிடமிருந்து வெளிவந்தது.

இது அரபு நாடுகளில் துயரமுற்று நிற்கும் நான்கு பெண்களின் கதையாக இருந்தது. அதில் இருவர் பெயர்சொல்லப்படாத இரு அரபு நாடுகளை சேர்ந்தவர். மற்ற இருவர் லெபனான் மற்றும் அமெரிக்காவை சேர்ந்தவர். சுஹா, தம்ர், நூர் மற்றும் சூசானி என்ற அந்த நான்கு பெண்களும் தந்தை வழி சமூகத்தில் எதிர்கொள்ளும் துயரங்கள், துக்கங்கள், சலனங்கள், உடல்ரீதியான வன்முறை இவற்றை பற்றிய மொத்த சித்திரமாக இருந்தது. இந்நாவலும் அரபு நாடுகளில் தடைசெய்யப்பட்டது. இந்நாவல் அரபுலகின் தொன்மங்கள் மற்றும் முஸ்லிம் பெண்கள் சார்ந்த மரபார்ந்த நிலைமையை மீறுவதாக அரபுலக விமர்சகர்கள் விமர்சித்தனர். இதுவும் சிறந்த நூற்கள் வரிசையில் பட்டியலிடப்பட்டது. அதே காலகட்டத்தில் Beirut blues என்ற இன்னொரு நாவலையும் ஹனான் எழுதினார். அது அஸ்மஹான் என்ற பெண் எழுதிய பத்து கடிதங்கள் என்ற வடிவில் அமைந்தது. லெபனானின் உள்நாட்டுப்போரை குறித்த கடிதமாக இருந்த்து. அந்த போரில் பெண்கள் எவ்வாறு பாதிக்கப்படுகிறார்கள் அல்லது வன்முறைக்குள்ளாக்கப் படுகிறார்கள் என்பதை குறித்த சித்திரமாக அது இருந்தது. எல்லாவித போர்கள் மற்றும் வன்முறைகளில் பெண்கள் தான் முதல் இலக்கு. அவர்களின் உடல் அந்த இலக்கை அடையும் ஒன்றாக மாறுகிறது. உலக அளவில் இன மோதங்கள் மற்றும் யுத்தங்கள் நிகழும் போது பெண்ணின் உடல் தான் முதலாக சூறையாடப்படுகிறது. பின்னர் அது முற்றிலுமாக அழிக்கப்படுகிறது. இதனை இந்நாவல் குறியீடாக கதைப்படுத்துகிறது. அந்த குறியீட்டின் தொடர்ச்சியில், பயணத்தில் ஒரு அகோன்னத வெளியை உருவாக்கிறது. பல கதை முகங்களாக விரியும் இந்நாவலில் எதார்த்த வகைப்பாட்டிற்குள்ளும் அதனை மீறியும் சில புனைவுகள் நிகழ்த்தப்படுகின்றன. இது தான் இந்நாவலின் முக்கிய அடிப்படை.

ஹனான் படைப்புகளின் முக்கிய அம்சம் என்பது சமூகத்தில் பெண்ணிற்கான இடம் என்ன என்பது பற்றி தான். மேலும் திருமண உறவின் மூலம் பாலினங்களிடையேயான உறவு நிலையின் மதிப்பீடு குறித்தும், அதன் உக்கிரம் குறித்தும் இவரின் எழுத்துகள் புனையப்பட்டன. அவரின் புனைவு எழுத்து பிறப்பு குறித்து ஹனான் இவ்வாறு குறிப்பிடுகிறார்.

“அந்த காலத்தில் லெபனானின் நாணயம் என்பது நடுப்பக்கம் துளையை கொண்டிருந்தது. நான் என் கையை ஒரு தாயத்தால் சுற்றி அதை மேசையின் மீது வைத்து தேய்த்தேன். அதன் சில்லிட்ட ஒலி எனக்கு பக்குவத்தை, கட்டுப்பாட்டை, சுதந்திரத்தை,

உறுதிமொழியை அளித்தது. இதன் மூலம் பக்கத்து குழந்தைகளின் துயரத்தை புரிந்து கொண்டேன். அந்த குரல் அவர்களை பற்றிக்கொண்டது. நான் ஒரு மேஜிக் நிபுணராக இருந்தேன். நான் அவர்களிடம் நிறைய கதைகளை சொன்னேன். பல வேடிக்கைகளை செய்து காட்டினேன். நான் அவர்களை சிரிக்க வைக்க முடிந்தது."

இவ்வாறாக ஹனான் தன் படைப்பு அனுபவங்களை பகிர்ந்து கொள்வதன் மூலம் எழுத்தின் உச்சகட்ட உன்னதத்தை அடைய முயற்சிக்கிறார். அதன் சார்பை நோக்கி நகர்கிறார். அதன் மூலம் சிறந்த புனைவு எழுத்தாளராகவும், சிறந்த பெண்ணிய வாதியாகவும் இருக்கிறார் ஹனான். மேலும் அவரின் புனைவு எழுத்தின் முக்கிய கருவே பெண்கள் சார்ந்த மரபான பிம்பங்களான அடக்கம், கீழ்படிதல், பணிவு, இயல்பான உறவு முறை ஆகியவற்றை கேள்விக்குட்படுத்துபவையாக இருந்தன. லெபனானின் பாலைவன வீதிகளில் ஹனானின் வரிகள் அந்த மணற்காற்றோடு கலக்கின்றன. மனித இனத்தின் ஒரு பகுதியான பெண்களின் மனித அங்கீகாரம் குறித்தும், அவர்களின் இயல்பான உரிமைகள் குறித்தும் சமூக இருப்பு குறித்தும் அதிகம் எழுதியும், பேசியவர் ஹனான். இவரின் தொடர்ச்சியான எழுத்தும், பேச்சும் அரபு பெண் உலகில் தனிக்கவனத்தையும், அதிர்வையும் ஏற்படுத்திக் கொண்டிருக்கின்றன. அவரின் சிந்தனைப்போக்கு அரபு பெண்கள் மத்தியிலும், மேற்குலகிலும் பெரும் வரவேற்பை பெற்றிருக்கின்றன. இவரின் படைப்புகள் உலக மொழியில் தொடர்ந்து மொழிபெயர்க்கப்பட்டுக் கொண்டிருக்கின்றன. இதன் மூலம் அரபுலகில் ஹனான் தவிர்க்க முடியாத எழுத்துப்போராளியாக இயங்கிக் கொண்டிருக்கிறார்.

ஹனானின் மொழிபெயர்க்கப்பட்ட படைப்புகள்

- Women of Sand and Myrrh (Trans. 1992)
- The Story of Zahra (Trans. 1994)
- Beirut Blues (Trans. 1992)
- Only in London (Trans. 2001)
- I Sweep the Sun Off Rooftops (Trans. 2002)
- The Persian Carpet
- The locust and the Bird: My Mother's Story (Trans. 2009)

ஹனான் அல் ஜெய்க்கின்
Stories of Zahra நாவலை முன்வைத்து

அரேபிய சூழலில் ஹனான் வலிமைமிக்க ஒரு சிறந்த கலைஞர் என்ற சூழலில் அவரின் Stories of Zahra என்ற நாவலும் முக்கியத்துவம் பெறுகிறது. அரபு நாவலின் பாலைவன நகர்தல் சார்ந்த கதைவெளியோடு இதன் உயிர் உலவுகிறது. அரபு வாழ்க்கையின் எதார்த்தம் அதன் உயிர்ப்போடு நகர்கிறது. தேர்ந்த கதாபாத்திரங்களை குறிப்பிட்ட கதைச்சூழலோடு பொருத்துதல் இதன் முக்கிய அம்சம். ஹனான் அல் ஷெய்க்கின் வழக்கமான நாவல்களிலிருந்து இது வேறுபடுகிறது. காரணம் கதை மனிதர்களின் குணாம்சம். போர் மற்றும் மனநோய் இவற்றிற்கிடையேயான தனிமனித துயரமே இந்நாவலின் சாராம்சம். படைப்பாளியிடமிருந்து கதை உருவாகும் தருணத்தில் ஒரு துயரார்ந்த காட்சிப்பதிவை இது தனக்குள் நகர்த்திக்கொள்கிறது.

லெபனானின் அப்பாவி பெண் ஒருத்தி வீட்டாலும், உலகாலும் பரிதாபமாக அழிக்கப்படும் சித்திரம் தான் இந்நாவலின் முழுமையான கதைவெளி. ஷஹ்ரா ஒரு நவீன வகை கதாநாயகி. அவள் சுய சந்தேகங்கள் மற்றும் மனக்கோளாறுகள் நிரம்பிய ஒரு பெண். இதன் காரணமாக அவள் குடும்பத்துடன் இணைய முடியாமல் அவளுக்கான சமூக பாத்திரத்தை வகிக்க முடியாமல் தடுமாறுகிறாள். இந்த தடுமாற்றம் இந்நாவல் முழுக்க நிகழ்ந்து கொண்டிருக்கிறது. ஓர் இளம் பெண் அவளுக்கு நெருக்கமான ஒருவரால் பலாத்காரம் செய்யப்படுகிறாள். இந்த இளம் ரொமாண்டிக் கருத்தியல் எவ்வாறு இளம்பெண்கள் மத்தியில் ஊடுபாய்கிறது என்பதை இதன் மூலம் புரிந்து கொள்ள முடியும். இந்நாவலில் நகர்ந்து கொள்ளும் ஷஹ்ராவின் நீண்ட போராட்டத்தை வைத்து அவளின் மனக்கோளாறு எவ்வாறு சமூகத்தின் உளநோயை அல்லது சுய அழித்தொழிப்பை பிரதிபலிக்கிறது என்பதை முடிவு செய்ய முடியும். சில நேரங்களில் தனி மனித மனப்போராட்டங்கள்

சமூகத்தின் உளவியலை பிரதிபலிக்கின்றன. ஒரு பெரும் மக்கட் தொகுதியின் குணாம்சங்களை ஒட்டி அந்த சமூகத்தை நாம் மதிப்பிட முடியும். இதுமாதியே இந்த நாவலும் நகர்கிறது. இதில் ஷஹ்ராவின் வழி விடுதலையையும், நீடித்த உரிமையையும் கொண்டமைந்து இருக்கிறது. போரினால் நிர்மூலமாக்கப்பட்ட லெபனானில் இது ஒரு நேர்மையான சாத்தியபாட்டை நோக்கி பயணிக்கிறது. இதில் ஷஹ்ரா லெபனானை சார்ந்தவளா அல்லது வெறுமனே சுற்றுப்புறங்களை பிரதிபலிப்பவளா என்பதான கேள்வியும் இதனோடு தொடர்புடையதாக இருக்கிறது. அவளின் அன்பும், காமமும், காதலும், பாதிப்பும், துரோகிக்கப்பட்ட நிலையும் மிகுதியாக கலக்கிறது. தந்தைவழி சமூகத்தின் இயல்பான ஆதிக்க உணர்வு அவள் மீது திணிக்கப்படுகிறது.

Stories of Zahra என்ற இந்நாவலின் கதாநாயகி ஷஹ்ரா அவளின் தந்தையின் ஆணாதிக்க வெறியால் பாதிக்கப்பட்டவள். அவள் தந்தை தந்தைவழி சமூகத்தின் மிகச்சிறந்த உதாரண புருஷர். அதை தன் மனைவி மீது திணிக்கிறார். இருவருமே அவரைக்கண்டு அச்சமடைகின்றனர். எப்படியான அச்சம் நிலவுகிறதோ அந்த அளவிற்கு அவர் இருவரையும் அச்சமூட்டுகிறார். குறிப்பிட்ட தருணத்தில் அது தொடர்ந்து உளவியல் கோளாறாக மாறுகிறது. அகவய நிலையில் ஷஹ்ரா குடும்பம் என்ற நிறுவனத்தின் கட்டமைப்பில் சுழன்று கொண்டிருக்கும் போது புறவய நிலையில் லெபனானின் போர்ச்சூழலில் சிக்கிக்கொள்கிறாள். அவளின் சகோதரன் அஹ்மத் தன் தந்தையை போலவே தந்தை வழி சமூகத்தின் குணாம்சத்தோடு வளர்க்கப்படுகிறான். குடும்ப வாழ்வில் இது உதாரணத்துடன் விளக்கப்படுகிறது. ஷஹ்ரா சாப்பிடுவதற்காக உட்காரும் தருணத்தில் அவளின் தாய் இவளின் தட்டில் எல்லாவற்றையும் இட்டு விட்டு அதை அவளின் சகோதரனுக்காக எடுத்துக்கொள்கிறாள். மேலும் அவன் சாப்பிட்டு முடியும் வரை மிகக்கவனமாக பார்த்துக்கொள்கிறாள். அதன் பிறகு தான் ஷஹ்ரா மீதான கவனமும், அக்கறையும். தந்தைவழி சமூகத்தின் இந்த ஆணாதிக்கக்கூறு பெரும்பாலும் பெண்களாலேயே நிறைவேற்றப்படுகிறது. எல்லாவற்றையும் ஒரு அநிதமான சூழலோடு ஷஹ்ரா கடக்க முற்படுகிறாள்.

ஷஹ்ராவின் சமூகத்தின் போர்ப்படுகுழியின் பாரம்பரியத்தின் விளைவாக தன் முகமும், அகமும் எவ்வாறு வடுக்களாக மாறி இருக்கிறது என்பதை விவரிக்கிறார். அவளின் முகம் பருக்களால் நிரம்பியிருக்கிறது. அது அவளின் தந்தைக்கு உறுத்தலை கொடுக்கிறது.

ஷஹ்ராவின் பரிதாபகரமான மற்றும் பருக்களால் நிரம்பிய முகம் என்பது வெளிப்படையான உணர்ச்சிகரமான வடுவாக மட்டுமே இல்லை. மாறாக உணர்வுபூர்வமான ஓர் இளம்பெண்ணின் வார்ப்பாக இருக்கிறது. இடையறாது அதிகரித்துக் கொண்டிருக்கும் பாலியல் முரண்களின் உக்கிரத்தை இது வெளிப்படுத்துகிறது. பெண்ணின் உடலை கட்டுப்படுத்துவதற்கான போராட்டம் எப்படி ஆண்களால் நடத்தப்படுகிறது என்பதையும் இதனுள் காண முடிகிறது. ஷஹ்ராவின் முகத்தை வைத்தே அவளின் தந்தை இவள் திருமணத்திற்கு தகுதியில்லாத கன்னிப்பெண் என்ற முடிவிற்கு வருகிறார். அதன் மூலம் அவளை இரக்கமற்ற முறையில் அடிப்பது மற்றும் துன்புறுத்துவது ஆகியவற்றை தொடர்கிறார். அவளின் முகப்பருக்களே அவரை எப்போதும் பெண்ணின் அழகு குறித்த சித்திரத்தை மனதிற்குள் ஏற்படுத்தி அதன் மூலமாக மேற்கண்டவற்றை தொடரச் செய்தது. குடும்பம் என்ற நிறுவனத்தில் இடிபடும் உரலாக ஷஹ்ரா மாறுகிறாள். இதன் தொடர்ச்சியில் அவளின் தந்தை அவளின் முகப்பருவை வருடும் போதெல்லாம் கடுமையாக திட்டுவார். ஷஹ்ராவின் முகத்தை பார்க்கும் போது வெறிகொண்டு மனநோயாளியின் குணாம்சங்களோடு உளறுவார். அவளின் தாயை ஏளனமாக பரிகசித்து தொல்லைகொடுப்பார்.

ஆணாதிக்கத்தின் குடும்ப வன்முறை காரணமாக, அதன் இரக்கமற்ற தொடர்ச்சி காரணமாக ஷஹ்ரா தன்னை தனிமைப்படுத்துகிறாள். ஒருவித மன அயற்சி அவளுக்குள் ஏற்படுகிறது. இதன் காரணமாக தன்னை நேசிக்கும் யாரையும் அவள் நேசிக்கவில்லை. இதன் காரணமாக திருமண உறவை தவிர்த்தார். தன் சகோதரனின் நண்பர் ஒருவரை அவளின் தந்தை அவளுக்கு பரிந்துரை செய்தார். அதையும் நிராகரித்தாள் ஷஹ்ரா. இதனைப்பற்றி இந்நாவலில் பின்வருமாறு உரையாடல் நீள்கிறது. "என் சகோதரன் அஹ்மதின் நண்பனான சமீரை திருமணம் செய்துகொள்ளும்படி என் தந்தை என்னை பணித்தார். அவன் பலமுறை திருமணம் குறித்த தன் எண்ணத்தை தந்தையிடம் வெளிப்படுத்தினார். நான் அவனை விரும்பிய போதும் கேட்கப்பட்ட ஒவ்வொரு தருணத்திலும் நிராகரித்தேன். பின்னர் என் தந்தை என்னிடம் கோபமாக கேட்டார். என் தோளில் அரக்கனை

போன்று சாய்ந்து கொண்டு எனக்கு தெரிய வேண்டும் ஏன் நீ சமீரை பூமியில் திருமணம் செய்து கொள்ள விரும்பவில்லை?. உன்னிடம் அவன் எதை கண்டான்? உன் முகப்பரு வரையப்பட்ட கன்னத்தையா? அல்லது தட்டம்மை தளும்பான முகத்தையா? பதில் சொல் என்று கண்டிப்பான குரலில் கேட்டார். நான் சொன்னேன் நான் பண்பானவளாக இருக்கிறேன், என் பல்லை அவன் பார்த்ததில்லை. மேலும் நான் அவனின் சுய முக்கியத்துவத்தின் மீது மோத விரும்பவில்லை. காரணம் நான் அவனுக்கு புதிராக இருக்கிறேன். எல்லாவற்றையும் விளக்குவதற்கு பதிலாக எளிமையாக சொன்னேன் நான் திருமணம் செய்ய மாட்டேன். இவ்வாறு ஷஹ்ராவின் உரையாடல் நீள்கிறது.

அழகு பற்றிய தந்தைவழி சமூக ஆணாதிக்க கருத்தியல் காரணமாக ஷஹ்ரா அவளை கொஞ்சம் கொஞ்சமாக அழித்துக்கொள்ள தொடங்குகிறாள். அது சமூகத்தை நிராகரிக்கும் அவளின் குறியீடாக இருக்கிறது. அவள் தன் நகத்தால் முகத்தில் உள்ள முகப்பருவை கீறத்தொடங்குகிறாள். அது இரத்தமாக உருவாகி பின்னர் முகத்தினூடே வழிந்து செல்கிறது. அது அவள் விடியற்காலை எழுவதற்கு வசதியாக இருந்தது. தன் முகம் குறித்த பரிதாபமும், போதாமையும் அவளுக்கு இருந்தது. முகக்கீறலின் வலியோடு அவள் விடியற்காலையில் எழுந்து கண்ணாடி முன்பு தன் முகத்தை பார்க்கிறாள். அவளின் கோரமுகம் அவளுக்கு பழிவாங்கிய பிரக்ஞையை கொடுக்கிறது. இம்மாதிரியான வலிந்து திணிக்கப்பட்ட கருதுகோள்களை ஆண் சமூகம் பெண் மீது திணிக்கிறது. இந்நிலையில் ஷஹ்ராவின் மௌனம் பெண் பாலியல் புறவயநோக்கால் மட்டுமே அளவிட அல்லது மதிப்பிட வேண்டும் என்ற கருத்தாக்கத்தை மறுக்கிறது. அது தாண்ட முடிந்த ஒன்றே என்பது அவளின் கருத்தாகும். அவள் ஆணாதிக்க மனோபாவத்தை, அதை பிரதிபலித்த தன் தந்தையின் செயல்பாட்டை மௌனமாக எதிர்கொண்டாள். அவளை ஆதிக்கத்தால் திக்குமுக்காட செய்த சமூகத்தை அவள் மௌனம் மற்றும் தனிமையால் சமன்படுத்தினாள். அதற்கான பாதுகாப்பு ஸ்தலமாக அவள் கழிவறையை தேர்ந்தெடுத்தாள். அதை தாழிட்டு உள்ளிருந்து தன்னை சுயப்படுத்திக்கொண்டாள். சுய ஆறுதலும், மௌனமும் அவளுக்கான உபாயமாக இருந்தது. மேலும் ஷஹ்ரா கழிவறையை தனக்கான வெறும் புகலிடமாக கருதவில்லை. வீட்டு வன்முறையின் தற்காலிக தீர்வாக தான் இதை பார்த்தாள்.

ஹனானின் இந்த நாவல் தந்தைவழி சமூக வன்முறையை காட்சிப்படுத்தும் அதே நேரத்தில் லெபனானின் உள்நாட்டுப்

போரையும் காட்சிப்படுத்துகிறது. லெபனானின் உள்நாட்டுப்போரால் பாதிக்கப்பட்டவர்கள் மருத்துவமனைகளின் அவசர வார்டுகளில் அனுமதிக்கப்பட்ட சூழல் இந்நாவலின் இன்னொரு கதைவெளியாக விரிகிறது. கை இழந்தவர்கள், கால் இழந்தவர்கள், உடல் உறுப்புக்களை இழந்தவர்கள் என காட்சி நீள்கிறது. ஷஹ்ரா தற்செயலாக மருத்துவமனைக்கு சென்று அக்காட்சிகளை காணும் போது போரின் பயங்கர எதார்த்தங்கள் அவளின் மனதில் ஆழமாக ஊடுருவுகின்றன. அது ஏற்படுத்தும் மன மற்றும் உடல் வலி சமூகத்தில் தீராத காயத்தை ஏற்படுத்துகிறது. அதன் தாக்கம் பல தலைமுறைகளை பின்தொடர்கிறது. இரண்டாம் உலகப்போரில் ஜப்பானிய பிரதேசங்கள் மீது அமெரிக்கா நடத்திய அணுகுண்டு தாக்குதல் உலக வரலாற்றில் தீராத துயரங்களை ஏற்படுத்தி விட்டு சென்றிருக்கிறது. இந்த போர் பல மனிதர்களை புலம்பெயரச் செய்கிறது. இதில் ஷஹ்ராவின் மாமனாரும் ஒருவர். உள்நாட்டுப்போரால் இடம்பெயர்ந்த அவளது மாமனார் ஒரு கட்டத்தில் தாய்மண் குறித்த ஏக்கத்தில் தன் வாழ்வை புலம்பெயர்ந்த ஆப்ரிக்காவில் தொடர்கிறார். இதன் தொடர்ச்சியில் லெபனான் ஷஹ்ராவின் வடிவில் திரும்புகிறது. அவர் லெபனானில் இருந்த காலத்தில் அந்த மண்ணின் இருப்போடு அதிகம் பற்றப்பட்டிருந்தார். புலப்பெயர்வுக்கு பின்னர் அது பெரும் இழப்பாக இருந்தது. இந்நிலையில் ஷஹ்ராவிற்கு இதன் வலிகள் தொடர்ந்து நீடித்துக்கொண்டே இருந்தன. அவளின் படுக்கை துயரத்தின் சுய உரையாடலாக இருந்தது. அவள் புரண்டு படுக்கும் போதும் பழைய நினைவுகள் அவளை தொடர்ந்து பின்தொடர்ந்து கொண்டிருந்தன. அவள் தன் மௌனத்தை உடைத்து புலம்பெயர்ந்த மாமனிடம் புனைவு வெளியில் உரையாடத் தொடங்கினாள். ஏன் என் மாமா? நீங்கள் என்னை விட்டு வெகுதூரம் இருக்கிறீர்கள்? நீங்கள் என் இதயத்துடிப்பை கேட்க முடிந்தால் அதன் மூலம் என் மீள முடியாத அங்கதத்தையும், வலியையும் உணர்ந்து கொள்ள முடியும். எப்போது என் ஆன்மா அன்பிற்கு ஏங்கும் பெண் போன்று அழத்தொடங்கும்? புலம்பெயர் வாழ்க்கையில் துயர் ஷஹ்ராவிடம் மேற்கண்ட வடிவில் பிரதிபலித்தது. மேலும் இது அவளின் உள் சுயத்தையும், அவளின் அடையாளம் குறித்த நம்பிக்கையற்ற தேடலையும் பிரதிபலித்தது. இதன் தொடர்ச்சியில் அவள் கழிவறையில் மாமனின் பதில் குரலை கேட்டாள். ஷஹ்ரா நீ கலங்காதே. நீ தனியாக இல்லை. நான் எப்போதும் உன்னுடன் இருக்கிறேன். அவள் சுயமாக உரையாடும் போதெல்லாம் இந்த

குரல் பதிலாக தொடர்ந்து அவளுக்குள் ஒலித்துக்கொண்டே இருந்தது.

போர்க்காலத்தில் ஷஹ்ராவின் நிலைமை மேலும் மோசமானது. அவள் ஆப்ரிக்காவிலிருந்து மீண்டும் பெய்ரூட்டிற்கு சென்று திரும்பிய காலத்தில் அவளின் மனம் மேலும் அழுத்தத்திற்குள்ளானது. அவளின் தூக்கம் கூட நிம்மதியற்ற வலி நிரம்பியதாக மாறியது. அவளின் உடை தேய்ந்து உடலில் கொப்புளங்களை உருவாக்கி விட்டிருந்தது. தலை, கழுத்து என ஒவ்வொரு பகுதியாக தேய்ந்து உடல் முழுவதும் புண்களால் நிரப்பப்பட்டிருந்தது. ஷஹ்ராவின் இப்படியான ஒட்டுமொத்த துயரங்களோடு இந்த நாவல் நிறைவுறுகிறது.

Stories of Zahra என்ற இந்நாவலில் ஹனான் அல் ஷெய்க் மத்திய கிழக்கில் ஓர் அரபிப்பெண் எவ்வாறு தந்தைவழி சமூக குடும்பக்கட்டுப்பாடு சூழலில் இயங்குகிறாள் அல்லது நடத்தப்படுகிறாள் என்பதை ஷஹ்ரா என்ற பெண்ணின் கதைவெளியாக காட்சிப்படுத்துகிறார். அவளின் தொடக்கம், மற்றும் புலம்பெயர்தல், திருமணம், லெபனானின் உள்நாட்டுப்போர் ஆகிய கதைப்பகுதிகளோடு இந்நாவல் நகர்கிறது. இன்னும் விரிவாக குறிப்பிட்டால் போர்களாலும், உள்நாட்டுக் குழப்பங்களாலும் சிதைக்கப்பட்டிருக்கிற ஒரு நாட்டில் பெண்ணைப்பற்றிய சித்திரம் அவளின் துயரார்ந்த அனுபவம் எப்படி இருக்கும் என்பதற்கு இந்நாவல் சிறந்த உதாரணம். அவள் இரண்டு துயரங்களுக்கிடையே எவ்வாறு இடிபடுகிறாள் என்பது இதன் உயிர்ப்பான ஒன்று. சிறந்த அரபு நாவலாசிரியராக இருக்கும் ஹனான் அல் ஷெய்க் மிகுந்த எதிர்பார்ப்புடன், பெண்ணிய சிந்தனை வெளிப்பாடு குறித்த அதீத அக்கறையோடு இந்நாவலை எழுதியிருக்கிறார். இது வெளிப்படுத்தும் பெண்ணிய கருத்துக்கள் காரணமாக இந்நாவல் சில அரபு நாடுகளில் தடை செய்யப்பட்டது. ஆனாலும் ஹனான் இந்நாவலின் கதைவெளி குறித்த அதிக பிரக்ஞையோடு இருந்தார். மேலும் தந்தை வழி சமூக அமைப்பை தகர்ப்பமைப்பு (Deconstruction) மூலம் புனருத்தானம் செய்யாத வரை பெண்கள் ஒடுக்கப்பட்டுக்கொண்டே இருப்பார்கள். அரபுலகில் ஷஹ்ராக்கள் உருவாகிக்கொண்டே இருப்பார்கள் என்பது இந்நாவலில் எதார்த்த கதைவெளி. தன் எழுத்துக்கள் மூலம் அரபுலகில் தனக்கான இடத்தை உருவாக்கி இருக்கும் ஹனான் அல் ஷெய்க் இந்நாவல் மூலம் தனக்கான எழுத்தியல் அறத்தை நிரூபித்து விட்டார் என்பதை இதன் மூலம் புரிந்து கொள்ள முடிகிறது.

கருப்பு நிறத்தின் கூடுகையிலிருந்து அரபு நாவலாசிரியர் தயிப் சாலிஹ்
பற்றிய குறிப்புகள்

ஒரு திசையை நோக்கி செல்லும் கோடு ஒன்று திரிந்து செல்கிறது. ஓர் இளைஞன் மிகச்சரியாக ஏழாம் வருடத்தில் அதை நோக்கி செல்கிறான். நான் ஐரோப்பாவில் படித்து கொண்டிருந்தேன். அதன் பிறகு என் மக்களை நோக்கி திரும்பினேன். என்னை விட்டு கடந்து போனவைகளை மிக அதிகமாக கவனிக்க தொடங்கினேன். அது வேறொரு கதை. முக்கிய விஷயம் நான் நைல் நதியின் வளைந்த பகுதியிலுள்ள சிறிய கிராமத்திற்கு என் மக்களுக்காக பெரும் ஏக்கத்துடன் திரும்பி கொண்டிருந்தேன். ஏழு வருடங்களாக நான் அங்கிருந்தேன். அவர்களை பற்றி கனவு கண்டு கொண்டிருந்தேன். அது ஓர் அசாதாரண தருணமாக இருந்த போது நான் அவர்களுக்கிடையில் இருப்பதை எனக்குள் உணர்ந்து கொண்டேன். அதன் விகசனத்தில் நான் ஒரு புள்ளியாக இருந்தேன்.

தயிப் சாலிஹின் பிரபல நாவலான வடதிசை புலம்பெயர்தலின் பருவம் (Season of migration to the north) என்பதன் தொடக்க வரிகள் இவை. அரபுலகின் நவீன எழுத்தாளர்களில் தயிப் சாலிஹ் முக்கிய கட்டத்தை அடைந்தவர். தனித்துவமான ஆளுமையால் அரபுலகில் தனக்கென பிரத்யேக இடத்தை அமைத்து கொண்டவர். சூடானின் வட மாகாணத்தில் சாதாரண கறுப்பின விவசாய குடும்பத்தில் 1929ல் பிறந்தார் தயிப் சாலிஹ். இவரின் குடும்பம் இஸ்லாமிய அடிப்படைகளில் தீவிர பற்றுறுதி கொண்டிருந்தது. தன் பள்ளிப்படிப்பை சொந்த கிராமத்தில் நிறைவு செய்த தயிப் சாலிஹ் சூடானின் கார்தோம் பல்கலைகழகத்தில் பட்ட படிப்பை முடித்தார். அதன் பிறகு லண்டன் பல்கலைகழகத்தில் மேற்படிப்பும் ஆராய்ச்சி படிப்பும் படித்தார். அவரின் இளமைக்கால ஆர்வம் விவசாயத்தின் மீதிருந்தது. பின்னர் உருமாற்றம் அடைந்து

அறிவு துறை விஷயங்கள் மீது திரும்பியது. படைப்பு துறையின் ஒருங்கிணைவு தயிப் சாலிஹின் இளமைத்தொகுதி மீது மிகுந்த தாக்கத்தை செலுத்தியது. லண்டனிலிருந்து தன் புலத்திற்கு திரும்பும் முன் சிறிது காலம் ஒளிபரப்பு துறையில் சாலிஹ் பணிபுரிந்தார். அதன்பிறகு ஆசிரியராக சில காலம் பணிபுரிந்தார். இவரின் படைப்புலகம் காலனியம் மற்றும் பாலியல் தன்மையை அடிப்படையாக கொண்டது. காலனியம் ஏற்படுத்தும் வன்மம் மற்றும் அந்நியமாதலின் குணாதிசயங்களை பிரதியலை செய்யும் பிம்பமாக இவரின் எழுத்தமைப்பு இருந்தது. இதன் காரணமாக தேர்ந்த படைப்பாளி - படைப்பு என்ற அவதானத்திற்குள் தயிப் சாலிஹ் வந்தார். இவரின் முதல் சிறுகதை தொகுப்பு A handful of Dates என்ற பெயரில் ஐம்பதுகளின் பிற்பகுதியில் வெளிவந்தது. அது இவரை அரபு மற்றும் ஆப்ரிக்கா எழுத்துலகில் படைப்பார்ந்த குவியத்துக்குள் வர வைத்தது. ஊடகத்துறையில் அப்போது பணிபுரிந்த சாலிஹ் இந்த தொகுப்பு மூலம் தன் படைப்பு செயல்பாட்டின் அடுத்த கட்டத்திற்கு நகர்ந்தார்.

தயிப் சாலிஹ் அரபு மற்றும் மேற்குலகில் அடையாளம் குவிக்க காரணமாக இருந்தது வடதிசை புலம்பெயர்தலில் பருவம் *(Season of migration to the north)* என்ற நாவல். இது 1966ல் ஒரு வசந்த காலத்தில் அரபு மொழியில் வெளியானது. இரு பிரதேசங்களிடையே வாழ்க்கை சார் நெருக்கடி காரணமாக புலம் பெயரும் ஒரு மனிதனின் வாழ்வியல் சித்திரமாக அது இருந்தது. அந்த நாவல் வெளிப்படுத்திய நீண்ட கதைத்தளம் சக மனிதனின் பெயர்தல் நிலை பற்றிய பதிவாக இருந்தது. கதையில் முன்னிறுத்தப்படும் மனிதன் பெயர் முஸ்தபா சயீத். கல்வி கற்கும் நோக்கத்திற்காக இங்கிலாந்து சென்று ஏழாண்டுகள் அங்கிருந்து விட்டு தன் சொந்த கிராமத்திற்கு செல்கிறான் அவன். அவனை சொந்த கிராமம் அரவணைக்கவில்லை. மாறாக அந்நியப்பட்ட கலாசாரத்தை கொண்டவனாக பார்க்கிறது. சொந்த கிராமத்து இயற்கையும் அவனை வெறுப்பாக பார்க்கிறது. மேற்கின் எல்லாவித அடையாளங்களும், உடல் மொழிகளும் அவனிடம் இருக்கின்றன. சமூகம் அவனை ஏற்றுக்கொள்ள மறுக்கும் போது வாழ்விலிருந்து அந்நியப்பட்டு போன தவிப்பாளனாக அவன் உணர்கிறான். ஒரு கட்டத்தில் பைத்தியநிலைக்கு சென்று மாற்று ஈகோ மனிதனாக மாறுகிறான். அந்த சமகாலத்தில் அவனின் இங்கிலாந்து அனுபவங்கள் அனைத்தும் நினைவுக்குள் நகர்கின்றன. இதன் பிறகு நைல் பிரதேசத்திற்கு நகரும் அவன் மரணம் வரை ஆளுமைமிக்க தனிமனிதனாக மாற போராடுகிறான். மஹ்பூஜ், ஆன் ஹமத், பிந்த

மஹ்மூத், மீன் மோரிஸ், இசபெல்லா சைமூர் போன்ற பிற கதை மாந்தர்களை இந்நாவல் இணைத்து கொண்டு காற்று வீசும், நீரின் சலனம் ஏற்படும் திசையை நோக்கி நகர்கிறது. வாழ்க்கை என்பது கூட்டு மற்றும் தனிமனித ஆளுமைகளுக்குள் நிகழும் இடையறாத போராட்டம் என்பதை இந்நாவல் குறியிடுகிறது. எழுபதுகளில் ஆங்கிலம் மற்றும் பிரஞ்சு மொழியில் மொழிபெயர்க்கப்பட்டது. அதன் பிறகு மேற்கின் அதீத கவனத்தை ஈர்த்தது. 2001ல் அரபுலகின் முக்கிய நாவலாக சிரியாவை சேர்ந்த சாகித்ய அமைப்பு ஒன்றால் இந்நாவல் தேர்ந்தெடுக்கப்பட்டது. மேலும் பல மேற்கத்திய விருதுகளை இந்நாவல் பெற்றது. உணர்வியல் மற்றும் பாலியல் பற்றிய சித்திரங்களுக்காக இந்நாவல் சூடானில் அந்நாட்டு அரசால் சிறிதுகாலம் தடைசெய்யப்பட்டிருந்தது.

20 மற்றும் 21ஆம் நூற்றாண்டின் அரபு, ஆப்ரிக்கா படைப்பு வெளியில் தயிப் சாலிஹ் தவிர்க்க முடியாத ஆளுமை. தேர்ந்தெடுக்கப்பட்ட ரசனையான வாசகர்கள் மட்டுமே கொண்ட அரபுலகில் தயிப் எல்லோரின் கவனத்தை ஈர்த்தார். சர்வதேச அளவில் விவாத பொருளாக மாறிய சாமுவேல் காண்டிங்டனின் நாகரீகங்களின் மோதல் என்ற சொல்லாடலுக்கு முன்பே தயிப் சாலிஹ் தன் படைப்புகளில் நாகரீகங்களின் மோதல் மற்றும் சக வாழ்வு குறித்து எழுதினார். உலக நாகரீகங்கள் அவற்றின் இணக்கம் குறித்த தெளிவான பார்வை அவருக்கிருந்தது. வடதிசை புலம் பெயர்தல் நாவல் கூட இன்னொரு வாசிப்பு அனுபவத்தில் நாகரீகங்கள் குறித்த கதையாக வெளிப்படுகிறது. சாலிஹின் அடுத்த

நாவல் The wedding of zein 1969ல் வெளிவந்தது. சூடானின் கிராமம் ஒன்றை பற்றிய கதை சித்திர வெளியாக இந்நாவலின் கட்டமைப்பு இருந்தது. கிராமத்தவர்களின் வாழ்க்கை ஓட்டம், சுக துக்கங்கள், அவர்களின் சிரிப்புக்கும் அழுகைக்குமான இடைவெளி, அன்பு நிரம்பிய மனித வாழ்வின் கனம், அதற்கும் சமூகத்திற்குமான உறவு இவற்றின் கூட்டுப்பதிவாக இது இருந்தது. இந்நாவல் லிபியாவில் நாடகமாக அரங்கேற்றப்பட்டது. குவைத்தில் திரைப்பட இயக்குநரான சாகித் சித்தீக் என்பவரால் திரைப்படமாகவும் எடுக்கப்பட்டது. எழுத்தாளர் என்ற நிலையில் தயிப் சாலிஹ் கடந்த பத்தாண்டுகளாக லண்டனிலிருந்து வெளிவரும் அரபி பத்திரிகையான “அல்-மஜல்லாவில்” பத்தி எழுதி கொண்டிருந்தார்.அது அவரின் படைப்பு திறனை வெளிப்படுத்தியது. சில காலம் பி.பி.சி வானொலியில் பணியாற்றிய தயிப் சாலிஹ் பின்னர் யுனெஸ்கோவில் வேலைக்கு சேர்ந்தார். அதன் தொடர்ச்சியில் வளைகுடா நாடுகளுக்கான யுனெஸ்கோ பிரதிநிதியாக பொறுப்பேற்றார். சூடான் மற்றும் அரபு எழுத்துலகத்தால் நோபல் பரிசுக்கு இவர் பெயர் பரிந்துரைக்கப்பட்டது. ஆனால் அது எகிப்திய எழுத்தாளரான நகுப் மஹ்பூஸுக்கு மட்டுமே கிடைத்தது. இவருக்கு இணையாக பேசப்பட்ட, முன்னிலைப்படுத்தப்பட்ட தயிப் சாலிஹ் கடந்த பிப்ரவரி 18ஆம் நாள் மரணமடைந்தார். மஹ்மூத் தர்வீஸ் இறந்த போது இருந்த ஆர்ப்பரிப்பும், சோகமும் இவர் மரணமடைந்த போது அரபுலகில் இருக்கவில்லை. இதன் பின்னணியில் உள்ள அரசியல் ஆராயத்தக்கது. தயிப் சாலிஹின் நாவல்கள் மற்றும் பிற படைப்புகள் உலகின் இருபதுக்கும் மேற்பட்ட மொழிகளில் மாற்றம் செய்யப்பட்டிருக்கின்றன. அரபு மற்றும் ஆப்ரிக்க உலகின் தேர்ந்த ஆளுமையான தயிப் சாலிஹ் மரணமடைந்த போதும் அவரின் எழுத்துக்கள் உயிரோட்டமாக இன்றும் நம் முன் நிற்கின்றன.

இடம்பெயர்ந்த மனிதர்கள்
அரபு நாவலாசிரியர் எலியாஸ் கவுர்
அறிமுக குறிப்புகள் மற்றும் நேர்காணல்

"அவன் ஒரு மனிதனாகவும், அந்நியனாகவும் இருக்கிறான், அவனின் கதைகளை அவன் யாரிடத்திலும் சொல்லவில்லை. அவனின் கதை சொல்லப்படுவதற்கானது என்பது கூட அவனுக்கு தெரியாது. அவன் சிந்திப்பது, அவன் சிந்தித்து வருவது எல்லாமே தானும் மற்றவர்களை போல் என்பது தான். அவன் யாரிடத்திலும் தன்னை பற்றி சொல்லவில்லை. ஏனென்றால் அவை மற்றவர்களிடத்தில் சொல்லப்பட முடிவதற்கான ஒன்றாக அவனுக்கு தெரியவில்லை. அவன் ஒரு மனிதனாகவும், அந்நியனாகவும் இருக்கிறான். அவனின் கதை எப்படி ஆரம்பிக்கிறது என்பது அவனுக்கு நினைவில்லை. அவனின் கதை மத்திய பகுதியில் இருக்கிறது என்பதை பார்க்கிறான். ஆனால் எப்படி ஆரம்பித்தது என்பதை பற்றி கேட்கவில்லை. அதன் இறுதி பகுதியில் அவன் இருக்கிறான்."

(எலியாஸ் கவுரின் City Gates என்ற நாவலின் துவக்க வரிகள்)

நாடுகடத்தல், இடப்பெயர்வு சக மனிதனுக்குள் ஏற்படுத்தும் வலிகள், விகசனங்கள் முக்கியமானவை. கற்பிதங்களுக்கு அப்பாற்பட்டவை. அரபு இலக்கியங்கள் பெரும்பாலும் இந்த வெளிப்பாடுகளுக்கான முன் முடிவை தருபவை. வாழ்க்கை சார்ந்த நெருக்கடியான அனுபவங்கள், தனித்துவத்தின் வித்தியாசங்கள் இவற்றின் கூடலிலிருந்து தப்பிக்க இயல்வதன் தெறிப்புகளாக அரபு எழுத்துலகம் அமைந்திருக்கிறது. முன் தீர்மானிக்கப்பட்ட மரபான முடிவுகளாக இல்லாமல் மேற்சொன்ன தனித்துவத்தை படைப்புகளில் முன்வைப்பவை அவை. நகுப் மஹ்பூஸ் மற்றும் அப்துல் ரஹ்மான் அல் முனீப் ஆகியோரின் வரிசையில் எலியாஸ்

கவுர் முக்கிய இடத்தில் வருகிறார். எட்வர்த் செய்த்தின் நெருங்கிய நண்பரான எலியாஸ் கவுர் நாடகத்திலும் குறிப்பிட்டதக்க பங்களிப்பை செலுத்தி இருக்கிறார். தன் நாவல்கள் மூலம் புலம்பெயர் மனிதனின் உளவியல் நெருக்கடிகள் குறித்த வாசக நுண்ணுணர்வை ஏற்படுத்தினார். ஒரு நெருக்கடியான தருணத்தில் 1948ல் லெபனான் தலைநகரான பெய்ரூட்டில் பிறந்த எலியாஸ் கவுர் இஸ்ரேல்- பாலஸ்தீன் ஒடுக்குமுறை விவகாரத்தின் தாக்கத்துக்கு உட்பட வேண்டியதிருந்தது. அவரின் அறிவுத்துவ வாழ்க்கையின் துவக்கமே அரபு தேசிய வாதம் மற்றும் பாலஸ்தீன் ஆதரவு நிலை என்ற துருவத்திற்கு உட்பட்டதாக இருந்தது. 1967ல் நடந்த அரபு-இஸ்ரேல் போருக்கு பிறகு எலியாஸ் ஜோர்டானுக்கு பயணம் செய்தார். அங்குள்ள பாலஸ்தீன் அகதிகள் முகாமிற்கு சென்ற எலியாஸ் அந்த விவகாரம் பற்றிய படிப்பிற்கு வந்தார். பின்னர் தன்னை பாலஸ்தீன் விடுதலை அமைப்புகளுடன் இணைத்து கொண்டார். பாலஸ்தீன் கொரில்லா படைகளின் தாக்குதல் காரணமாக 1970ல் அவர் ஜோர்டானை விட்டு பிரான்சுக்கு இடம்பெயர்ந்தார். பாரிஸ் பல்கலைகழகத்தில் உயர்கல்வியை முடித்த அவர் அங்கு 1860ல் நடந்த லெபனான் உள்நாட்டு போரை குறித்து விரிவாக எழுதினார். அது அவரை ஐரோப்பிய அறிவுலகில் முன்னோக்க வைத்தது. அந்த தருணத்தில் தான் மிஷல் பூக்கோவுடனான சந்திப்பு நிகழ்கிறது. பூக்கோவுடனான சந்திப்பு இவருக்கு அறிவுலகம் குறித்த ஒளியூட்டத்தை ஏற்படுத்தியது. பிந்தைய கட்டத்தில் லெபனானுக்கு மீண்டும் திரும்பி வந்தார். லெபனானில் பாலஸ்தீன் ஆய்வு மையத்தில் ஆய்வாளராக இணைந்தார். அப்போது லெபனானில் மீண்டும் உள்நாட்டு போர் ஏற்பட்டது. அந்த பாதிப்பினால் தன் கண்களில் ஒன்றை இழக்க வேண்டியதாயிற்று. பெய்ரூட் ஆய்வு மையத்தில் ஏற்பட்ட தாக்குதலின் பின் விளைவாக அது இருந்தது. பின்னர் அரபு கவிஞரான அதோனிஸ், ஹிசாம் சரபி ஆகியோர் இணைந்து மவாஹிப் என்ற இலக்கிய இதழை பெய்ரூட்டில் ஆரம்பித்தனர். அதன் ஆசிரியர் குழுவில் எலியாஸ் கவுர் இணைந்தார். இவரின் படைப்புலக வாழ்க்கை இதனிலிருந்து துவங்குகிறது எனலாம். பின்னர் இக்குழுவில் பாலஸ்தீன் கவிஞரான மஹ்மூத் தர்வீஷ் இணைந்தார். அங்கிருந்து தான் தன் முதல் நாவலான On the relations of the circle என்பதை எழுதினார். அது 1975 ல் வெளிவந்தது. அரபுலகில் மிகுந்த அதிர்வை ஏற்படுத்திய அந்த நாவலானது தொடர்ந்த இரு ஆண்டுகளில் ஆங்கிலத்தில் வெளியானது. அதன் பின்னர் Little mountain வெளியானது. அதன் தொடர்ச்சியில் இரு நாடகங்களையும், இலக்கிய விமர்சனம் என்ற

புத்தகத்தையும் எழுதினார். இந்த புத்தகம் அவரின் படைப்பு பற்றிய நுண்ணுணர்வை வெளிக்கொணர்ந்தது. மேலும் அரபு சூழலில் ஒரு விமர்சகராக அறியப்படுவதற்கு காரணமான ஒன்றாக மாறியது. இது படைப்பின் சமூக பிரக்ஞை மற்றும் படைப்பின் தர நிர்ணய அளவு கோல் என்பதான கேள்விகளுக்கு பதிலளித்தது. இலக்கிய கோட்பாட்டை பற்றிய புரிதலை ஏற்படுத்திய ஐரோப்பிய மார்க்சிய விமர்சகரான டெரி ஈகிள்டன் நாவல் என்பதை மொழி உருவாக்கும் சமூக பிரக்ஞை என்கிறார். 18 ஆம் நூற்றாண்டின் இறுதி பகுதி வரை ஐரோப்பிய உலகில் நாவல் என்பது புனைவாக்கம் குறைந்த வெறும் செய்திகளை உட்கொண்டதாக தான் இருந்தது. உருவவாதிகளின் வருகைக்கு பின்பு நாவலானது வேறொரு கட்டத்திற்கு நகர்ந்தது. ரஷ்ய உருவவாதியான விக்டர் ஸ்லோவ்ஸ்கி கலை படைப்பை ஒரு கருவியாக கருதினார். உள்ளடக்கம் என்பதை விட படைப்பின் வெளிப்படையான உருவமே முக்கியம் என்றார். இது ரஷ்யாவில் ஸ்டாலின் காலத்திற்கு முந்தைய கட்டம் வரை நீடித்தது. எலியாஸ் படைப்பின் விமர்சனம் என்பதை கோட்பாட்டு ரீதியாகவும், அனுபவ ரீதியாகவும் பார்த்தார். படைப்புகள் வெளி சார்ந்து ஒத்த தன்மையாக இருப்பதில்லை. வித்தியாச வாழ்க்கை சூழலின் நெகிழ்விலிருந்தும், நெருக்கடியிலிருந்தும் எழுத்து உருவாகிறது என்றார். தமிழ்ச்சூழலில் ஒரு காலகட்டத்திலும், தற்போதும் தொடர்கிற விவாதமான "படைப்பாளியே விமர்சகராக இருக்க முடியுமா?" என்ற கருதுகோளிலிருந்து எலியாஸ் கவுரும் தப்பவில்லை. இவரின் விமர்சன பார்வை மற்றும் அளவு கோல் சரியான ஒன்றல்ல என்ற விமர்சனம் அரபு படைப்பாளிகள் சிலரால் வைக்கப்பட்டது. இதன் பிறகு எலியாஸ் "palestine affaris" என்ற பாலஸ்தீன் பற்றிய ஆய்விதழின் ஆசிரியரானார். இதில் சில முக்கியவத்துவம் வாய்ந்த

வரலாற்று ஆய்வுகள் வெளிவந்தன, அந்த தருணத்தில் அரபு சூழலில் மிக அதிகமான தாக்கத்தை ஏற்படுத்திய "Gates of the Sun" என்ற நாவல் எலியாஸிடமிருந்து வெளிவந்தது. லெபனான் உள்நாட்டு போர் காரணமாக புலம் பெயர்ந்த ஒரு கூட்டத்தின் மன நெகிழ்வின் தடய தூரமாக அது இருந்தது. நான் ஒன்றுக்கு மேற்பட்ட தடவை படித்த அரபு நாவல்களில் இதுவும் ஒன்று. அதன் பிறகு சில நாவல்களின் கடப்பாட்டுக்கு பின்னால் 2002ல் yalo வெளியானது. லெபனான் உள்நாட்டு போரின் போது குற்றவாளிகளாக்கப்பட்டு நீதித்துறையின் அதிகார சித்திரவதைக்கு உள்ளானவர்கள் பற்றிய கதை வெளியாக yalo பரிணமிக்கிறது. City gates மற்றும் Gates of the Sun ஆகிய நாவல்களை தொடர்ந்து இதுவும் அரபுலகில் முக்கியத்துவம் பெற்றது. City gates புறக்கணிக்கப்பட்ட, தூரமாக்கப்பட்ட ஒரு மனிதனின் உணர்வு கொதிநிலையோடு சம்பந்தப்பட்டது. நான் யார் என்ற பிரக்ஞையும், தன் கதை எதுவாக இருக்கும் என்ற அறிவும் அவனுக்கு கிடைக்க தாமதமாகிறது. அந்நியப்பட்டு போன தவிப்புகளிலிருந்து, முதிர்ந்த கதைவெளியாக City gates துவக்கம் பெறுகிறது. யதார்த்த சொல்முறையிலிருந்து நகர்ந்து இன்னொரு புள்ளியை நோக்கி செல்கிறது. இது இவருடைய நாவலின் பலம் கூட. இது எவ்விதத்திலும் பலவீனமான அம்சங்களோடு பயணம் செய்யவில்லை. இதை பற்றி எலியாஸ் கவுர் இஸ்ரேலிய பத்திரிகை ஒன்றுக்கு அளித்த பேட்டியில் இவ்வாறு குறிப்பிடுகிறார். "நான் தொண்ணூறுகளுக்கு பிந்தைய நாவல்களை எழுதும் போது 'நான்' என்ற பிம்பத்திற்கு எதிர்நிலையில் மற்ற என்ற பிம்பத்தை கண்டேன். நான் என்பது பாலஸ்தீன் அனுபவமாகவும், மற்ற என்பது இஸ்ரேல் பற்றிய காட்சிப்படுத்தலாகவும் இருக்கும். இஸ்ரேல் என்பது ஒரு போலீஸ் அல்லது ஆக்கிரமிப்பாளர் என்பதை மீறி அதன் மனித அனுபவங்களை பார்க்க வேண்டும். இது தான் நான் என்ற பிம்பத்திற்குள் பிரதிபலிக்கும் மாற்று பிம்பமாக இருக்கிறது. எலியாஸ் கவுரின் மொத்த நாவல்களை மதிப்பிடும் போது அரசியல் எடுகோள்கள் மற்றும் மனித நடத்தையை பற்றி அடிப்படை கேள்விகள் எழுப்பும் சிக்கலான அணுகுமுறையாக இருக்கிறது. சமீபத்தில் வெளிவந்த Yalo நாவலும் அதைத்தான் வெளிப்படுத்துகிறது. நாவல்களுக்காக இவர் அரபு மற்றும் மேற்குலகின் இலக்கிய விருதுகளை வாங்கியிருக்கிறார். மற்ற அரபு படைப்பாளிகளை போல் அல்லாமல் இவரின் நாவல்கள் மற்றும் பிற படைப்புகள் குறிப்பிட்ட கால இடைவெளிகளில் ஆங்கிலத்தில் மொழிபெயர்க்கப்படுகின்றன. இதனால் மேற்குலகிற்கு அரபு மொழி படைப்பின் தூரத்தை விட மிக சமீபமாக இவரின்

படைப்புகள் வந்தடைகின்றன. எட்வர்ட் செய்த் இவரை இரு நூற்றாண்டு அரபு புலம் பெயர் இலக்கியத்தின் அடையாளம் என்றார். இவரின் மொழியானது படைப்பின் எல்லைகளை கலைத்து, புதிய அடையாளங்களை தோற்றுவிக்கிறது. ஒரு கட்டத்தில் நகுப் மஹ்பூஸை விட என்னை அதிகம் தொடுபவர் எலியாஸ் தான் என்றார் செய்த்" மஹ்மூத் தர்வீஸ், யூசுப் இத்ரிஸ், அதோனிஸ் போன்ற அரபுலகின் முன்னணியுடன் இணைந்து ஜனநாயக சோசலிச அமைப்பை எலியாஸ் தோற்றுவித்தார். இவரின் எழுத்து மொழி செவ்வியல் அரபியிலிருந்து நவீனம் நோக்கி நகர்கிற ஒன்றாகும். தற்போது லெபனானின் தினசரியான அல் முஹ்லாக்கின் வாராந்திர இலக்கிய இணைப்பான அந்நஹாரின் ஆசிரியராக இருக்கும் எலியாஸ் கவுர், கொலம்பியா பல்கலை கழகம், பெய்ரூட் அமெரிக்க பல்கலைகழகம் ஆகியவற்றில் மத்திய கிழக்கு குறித்து பாடம் நடத்தியிருக்கிறார். மேலும் நியூயார்க் பல்கலைகழகத்தின் மத்திய கிழக்கு குறித்த ஆய்வு பிரிவின் கௌரவ விரிவுரையாளராகவும் எலியாஸ் கவுர் இருக்கிறார்.

எலியாஸ் கவுர் நேர்காணல்

"எலியாஸ் கவுரிடம் லெபனானிலிருந்து வெளிவரும் அல் ஜதீத் என்ற பத்திரிகை நேர்காணல் ஒன்றை நடத்தியது. அதில் எலியாஸ் தன்னுடைய எழுத்து முறையின் தொடக்கம், விரிவாக்கம் மற்றும் லெபனானின் உள்நாட்டுப்போர் குறித்து விவரித்திருந்தார்".

பெய்ரூட் ரிவியூ: உங்கள் எழுத்துக்கள் எப்படி தொடக்கம் பெற்றன.

எலியாஸ் கவுர்: நான் பாலஸ்தீன் சமூக அரசியல் இதழில் வேலைக்கு சேரும் முன்பு பிரான்ஸ் பல்கலைகழகத்தில் சமூகவியலை கற்றேன். பல்கலைகழக காலங்களில் நான் விடுதலை இயக்க செயற்பாடுகளில் தீவிரமாக இருந்த காரணத்தால் இலக்கிய வகைப்பாட்டிற்குள் என்னால் வர இயலவில்லை. பின்னர் பாலஸ்தீன் சமூக அரசியல் ஆய்விதழில் வேலைக்கு சேர்ந்த பிறகு இலக்கிய விமர்சனம் குறித்த எழுத்துக்கள் எனக்குள் வர தொடங்கின. அதன் பிறகு நாவல் எழுத தீர்மானித்தேன். அது 1971ல் On the relations of the circle (ala ilaqaat al Daira) என்ற பெயரில் அது வெளிவந்தது. அது பேசப்பட்டது அல்லது தாக்குதலுக்குள்ளானது இரண்டுமே சம அளவில் நடந்தது.. அதன் பிறகு Little Mountain வெளிவந்தது. அப்போது தான் நான் எழுதக் கூடியவனாக இருக்கிறேன் என்பதை சுயமாக தீர்மானித்து கொண்டேன்.

பெய்ரூட் ரிவியூ: நீங்கள் ஒரு எழுத்தாளராக, முன்னாள் போராளியாக லெபனிய சமூகத்தில் கலாசாரத்திற்கும், அரசியலுக்கும் இடையே பிரிவினை கோடு இருப்பதாக நம்புகிறீர்களா? குறிப்பாக உள்நாட்டு போருக்கு பிந்தைய லெபனிய சமூகத்தில்..

எலியாஸ் கவுர்: சூழ்நிலைகள் எல்லாம் மிகுந்த அரசியல் மயப்பட்டிருக்கும் இங்கு இந்த பிரிவினை சாத்தியமில்லை என்று நினைக்கிறேன். கோட்பாட்டின் அடிப்படையில் நாம்

அரசியலையும், கலாசாரத்தையும் பிரிக்க முடியும். ஆனால் லெபனான் மற்றும் பாலஸ்தீனில் இது சாத்தியமல்ல. காரணம் ஒவ்வொன்றுமே அரசியல் செயற்பாட்டை நோக்கியும், மறு சிந்தனையை நோக்கியும் சென்று கொண்டிருக்கிறது. இங்கு யாருமே எனக்குள் அரசியல் இல்லை என்று சொல்ல முடியாது. இங்கு ஐரோப்பிய அறிவு ஜீவிகள் சொன்னது போன்று மார்க்சிசத்திற்கு எதிரான படைப்புகள் எல்லாம் இலக்கியம் எனவும், அதற்கு ஆதரவானதெல்லாம் அரசியல் என்றும் சொல்ல முடியாது. உண்மையில் அவை இரண்டுமே அரசியல் படைப்புகள் தான். சமூகங்கள் தன் நிலையில் மாற்றமடையும் போது இவற்றை தெளிவாக பிரிக்க முடியாது.

பெய்ரூட் ரிவியூ: ஆக உங்கள் நோக்கம் அரசியல் எழுத்துக்களை கலையாக மாற்றம் செய்வது...

கவுர்: இல்லை. ஒரு போதும் இல்லை. நான் உள்நாட்டு போர் பற்றிய விஷயத்திற்குள் சென்றேன். எனக்கு அது தவிர்க்க முடியாதது. ஆனால் இலக்கிய படைப்பென்பது ஒவ்வொன்றை பற்றியும் மறு சிந்தனை செய்வது, அதனை வெளிக்கொள்வது. அது வெறுமனே அரசியல் பற்றியதல்ல.

ரிவியூ: நீங்கள் சொன்னது போன்று இலக்கிய படைப்பு என்பது ஒவ்வொன்றையும் மறு சிந்தனை செய்வது என்பதாக இருந்தால் அது நிலவும் சமூகங்களில் மட்டுமே சாத்தியமாகும். இதன் நீட்சியில் லெபனிய சமூகத்தில் ஓர் எழுத்தாளராக இருப்பதன் அர்த்தம் என்ன?

எலியாஸ் கவுர்: லெபனிய சமூகம் பிரிவினையையும், ஒருமைப்பாட்டையும் ஒரே நேரத்தில் அளிக்கிறது. இதற்கு இஸ்லாமிய நாகரிகமே உதாரணம். இஸ்லாமிய நாகரீகம் இங்கு இதற்கு முன் வந்த நாகரீகத்தையோ அல்லது கலாசாரத்தையோ அழித்து கொண்டு வரவில்லை. மாறாக அதை ஒருங்கிணைத்தும், வேறுபடுத்தியும் இஸ்லாமிய எல்லைக்குள் வாழ்வதாக உருவானது. நீங்கள் இதை இன்றைய நவீன எகிப்து, சிரியா, லெபனான், பாலஸ்தீன் போன்ற இடங்களில் காண முடியும். லெபனானில் இதற்குள் ஓர் ஒருமைப்பாடு இருக்கிறது. சமூக மேலாண்மை சார்ந்த ஒருமைப்பாடல்ல இது. ஒத்த கூறுகளை கொண்ட ஒன்றானதாக இருக்கிறது. லெபனிய நாவல் இதனை பிரதிபலிப்பதன் செயல்பாட்டை கொண்டிருக்கிறது என நான் நினைக்கிறேன்.

பெய்ரூட் ரிவியூ: நீங்கள் லெபனான் உள்நாட்டு போர் பற்றிய நாவல்களை எழுதியிருக்கிறீர்கள். அது பற்றிய நாவல் ஏதாவது சொல்ல முடியுமா? மேலும் அது மற்ற நாடுகளின் போர் பற்றிய நாவல்களிலிருந்து எவ்வாறு வேறு படுகிறது.

எலியாஸ் கவுர்: லெபனிய போர் நாவல்கள் இருக்கிறது என்று நான் நினைக்கவில்லை. உள்நாட்டு போர்கள் என்றுமே பிரமாண்ட படைப்பிற்கு வழி ஏற்படுத்தாது. மறந்து விடுங்கள். போர் என்பது ஒரு மனித அனுபவம். நீங்கள் சுலோகோவின் "And Quiet Flows the Don" என்ற நாவலை எடுத்து கொண்டால் அந்த நாவலின் முக்கிய அம்சம் ருஷ்ய உள்நாட்டு போரை பற்றிய தகவல்களை தருவதல்ல. மாறாக மனித நிலைமைகள் பற்றிய தகவல்களை தருவது. லெபனானை பொறுத்தவரை லெபனிய போரானது அங்குள்ள இலக்கியத்துக்கான புதிய தொடக்கம் குறித்தது. எனென்றால் மரபார்ந்த லெபனிய படைப்பானது கவித்துவம் மட்டுமே நிரம்பியதாக இருந்தது. அந்த நேரத்தில் நாவல் இலக்கிய படைப்பிற்கு புதிய தொடக்கம் குறித்தது. அது ஒரு சமூகத்தையோ அல்லது குழுவையோ சுய சிந்தனைக்குட்படுத்துகிறது. நாவல்கள் இல்லாத சமூகத்தில் தன்னை அறிவதற்கான காட்சிகள் இல்லை எனலாம். உள்நாட்டு போருக்கு முந்தைய லெபனிய நாவல்கள் முற்றிலும் வேறுபட்ட செவ்வியல் மொழியை தாங்கி வெளிவந்தன. இதில் யூசுப் அவ்வாத், மரூன் அப்பாத், பவத் கனான் போன்றவர்களின் படைப்புகள் விதிவிலக்காக இருந்தன. போரானது நாவல்களுக்கு புதிய சிந்தனை முறையையும், புதிய அலைத்தடத்தையும் ஏற்படுத்தியது. இவை லெபனிய சமூகத்திற்கு உள்ளடங்கிய சாட்சியமாக இருந்தது. ஆனாலும் கூட இவை மட்டுமே நல்ல இலக்கிய படைப்பை தந்து விட முடியாது. நல்ல இலக்கிய படைப்பானது இந்த அனுபவத்தை மனித நெகிழ்வுகள் மீது உரையாடுவதன் வாயிலாக தான் பிறக்கும்.

பெய்ரூட் ரிவியூ: புகழ்பெற்ற லெபனிய எழுத்தாளர்கள் பலரும் ஆங்கிலத்தை விட பிரெஞ்சு மொழியில் எழுதுவதையே உசிதமாக கருதுகிறார்கள். அரபு மொழியில் எழுதும் நீங்கள் இதை எவ்வாறு அணுகிறீர்கள்.

எலியாஸ் கவுர்: எந்த அனுபவமும் எந்த மொழியிலும் பிரதிபலிக்க முடியும். தற்போது லெபனானில் பிரஞ்சு எழுத்து மோகம் முடிவுக்கு வந்திருக்கிறது. ஆங்கிலம் கூட. ஒரு சிலரை தவிர எல்லோருமே அரபு மொழியில் தான் எழுதுகிறார்கள். லெபனிய மையநீரோட்ட இலக்கியமானது இன்று அரபு மொழியில் தான்

இருக்கின்றது. பிரஞ்சின் காலனிய உணர்வு படைப்பாளிகளிடையே நீடிக்கவில்லை.

பெய்ரூட் ரிவியூ: நீங்கள் அல் முஹ்லாக் பத்திரிகையின் ஆசிரியராக இருக்கிறீர்கள். அதில் கலாசார, சமூக, அரசியல் பற்றிய விஷயங்களை பிரதிபலிக்கிறீர்கள். இதில் உங்களுக்கான தனி வகை பிரசுர கொள்கை ஏதாவது உண்டா?

எலியாஸ் கவ்ர்: எங்களுக்கு அதில் மூன்று விதமான நோக்கங்கள் உள்ளன. 1. லெபனான் மற்றும் அரபுலகின் புதிய மற்றும் நல்ல இலக்கிய படைப்புகளை வெளியிடுவது 2. லெபனிய சமூக பிரச்சினைகளை வரலாற்று பூர்வமாக அணுகுவது. உதாரணமாக சிறைச்சாலை, அரசியல் புகலிடம் மற்றும் பாலியல் செயல்பாடுகள் போன்றவை. மேற்கண்டவற்றை விமர்சன பூர்வமாக அணுகுவது என்பது இதில் ஒன்று 3.வெகுஜன கலாசாரத்தை விமர்சன பூர்வமாக, மறுவாசிப்பாக, பகுப்பாய்வு முறையில் அணுகுவது. அல் முஹ்லாக்கை பொறுத்தவரை மேற்கண்ட எல்லாவற்றையும் வரலாற்று கண்ணோட்டத்துடனும், அது சார்ந்த புதிய புரிதலோடும் முன்னெடுக்கிறது. நாங்கள் மட்டும் தான் புதிய எழுத்துக்களை புதிய அறிமுகத்தோடு முன் வைக்கிறோம்.

பெய்ரூட் ரிவியூ: இந்த பத்திரிகை ஆசிரிய பணி உங்களுக்கு நிறைய எழுத இடமளிக்கிறதா?

கவ்ர்: நான் என்னுடைய நேரத்தை நிர்வகிப்பதில் மிகுந்த கட்டுப்பாடாக இருக்கிறேன். அதிகாலையிலே எழும்பி வாசிப்பு மற்றும் எழுத்து என இரவு பதினொன்று மணிவரை அன்றாட செயல்பாடு தொடர்கிறது. நான் எதையும் எழுதாவிட்டால் உட்கார்ந்து விஷயங்களை பற்றி சிந்தித்து கொண்டிருப்பேன். அதன் பிறகு முஹ்லாக் வேலைக்கு வந்து விடுகிறேன்.

இரவு பகல் என்ற இடைவெளியில் அரபு நாவலாசிரியர் அப்துல் ரஹ்மான் அல் முனீப் ஓர் அறிமுகம்

வாதி அல் யுயோன். ஆரவாரமற்ற பாலைவனம் அது. பாலைவன மணல் வெடிப்புகளுக்கிடையே சின்னதான பச்சைத்துளிர்ப்புகள். பூமியானது வெடித்தும் வானம் அதன் மீது இறங்கியதான தோற்றத்துடனும் இருந்தது. அதனை பார்ப்பவர்கள் இந்த இடத்தின் மீது கண் வைக்க வேண்டியதிருக்கிறது. தண்ணீர் இதனிலிருந்து எப்படி வெளியாகிறது? இதன் சலனம் என்பது என்ன? இயற்கை அதன் அசலையும் நேர்த்தியையும் ஒரு சேர இங்கு அளித்திருக்கிறது.

(முனீபின் Cities of Salt என்ற நாவலின் தொடக்க வரிகள்)

பாலைவனங்கள் சூழ்ந்து கொண்டிருக்கும் மத்திய கிழக்கின் ஓரத்திலிருந்து அரபு இலக்கிய படைப்புகளை பற்றி மதிப்பிடும் எனக்கு அப்துல் ரஹ்மான் அல் முனீபின் படைப்புவெளி குறித்து அதிகம் விவரிக்க வேண்டியதாக இருக்கிறது. இருபதாம் நூற்றாண்டு அரபுலகம் அதன் தனித்த படைப்பாளுமையால் மேற்குலகின் கவனத்திற்கு ஆள்பட்டிருக்கிறது. தங்கள் சுய அடையாளங்களை இழந்ததன் தவிப்பும், அதன் ஊடுருவலும், ஏக்கமும் படைப்பாளிகளின் மொழிக்குள் வகைப்பட்டிருக்கிறது. எட்வர்த் செய்த் சொன்னது போன்று இலக்கியம் சில நேரங்களில் விசனத்தின் மொழியாக இருக்கிறது.வாழ்க்கைப் பற்றிய அவ நம்பிக்கை அவர்களின் படைப்புக்கு தெளிவான உயிர்ப்பை ஏற்படுத்தியிருக்கிறது. மதம் என்ற எல்லைக்குள் மட்டுமே குறுக்கப்பட்டு வந்த அரபு மொழி இன்று அதன் எல்லா நேர்கோடுகளையும் உடைத்து விட்டது. அதன் படைப்பு வெளி எல்லா தரப்பினரின் கவனத்திற்கு ஆளாகியிருக்கிறது. எகிப்திய

நாவலாசிரியர் நகிப் மஹ்பூஸுக்கு நோபல் பரிசு அளிக்கப்பட்டதற்கு பின் அரபு படைப்புகளின் பிற மொழி கடப்பு அதிகமானது. நகிப் மஹ்பூஸ் பற்றி தமிழில் இப்போது தான் பதிவுகள் வர ஆரம்பித்திருக்கின்றன.. இவரை அடுத்து அல்லது அதன் சம தளத்தில் அப்துல் ரஹ்மான் அல் முனிப் வருகிறார். லத்தீன் அமெரிக்க படைப்பாளிகளான கப்ரேல் கார்சியா மார்க்யூஸ் மற்றும் ஆக்டோவியா பாஸ் ஆகியோரின் இடத்தில் மதிப்பிடப்படும் அப்துல் ரஹ்மான் அல் முனீப் ஓர் அகோன்னத கட்டத்தில் 1933ல் ஜோர்டான் தலைநகரான அம்மானில் பிறந்தார். இவரின் தந்தை சவூதி அரேபியாவை சேர்ந்தவர். ஒட்டக வர்த்தகரான இவர் அரபுலகம் முழுவதும் தன் வணிக ஸ்தாபனங்களை விரிவுபடுத்தியிருந்தார். தாயார் ஈராக்கில் பிறந்தவர். தந்தையை பின் தொடர்ந்து அப்துல் ரஹ்மான் சவூதி அரேபிய குடியுரிமையை கொண்டிருந்தார். பின்னர் தன் படைப்புகள் காரணமாக அதை துறக்க வேண்டியதாயிற்று. பள்ளி படிப்பை ஜோர்டானில் முடித்த அவர் மேற்படிப்புக்காக ஈராக் சென்றார். அங்கு சட்டபடிப்பு படித்தார். இறுதியில் பெல்கிரேடு பல்கலைகழகத்தில் பெட்ரோலிய பொருளாதாரத்தில் ஆய்வு படிப்பை நிறைவு செய்தார்.இதன் பிறகு சிரியாவில் பெட்ரோலிய துறையில் பணிபுரிந்த முனீப் 1967ல் நடந்த அரபு இஸ்ரேலிய போர் காரணமாக ஈராக்கிற்கு சென்றார். இந்த காலகட்டத்தில் சிரியாவில் பிரபலமாக இருந்த பாத் சோசலிச கட்சியில் இணைந்து அதன் தீவிர உறுப்பினராக செயல்பட்டார்.பின்னர் ஈராக்கில் எண்ணெய் வள பொருளாதார நிபுணராகவும் அதன் பின்னர் பெட்ரோலிய ஏற்றுமதி கூட்டமைப்பிலும் (OPEC) சில காலம் பணிபுரிந்தார். இக்காலகட்டத்தில் நாடோடி பதூயீன்களும் எண்ணெய் பொருளாதாரமும் குறித்த இவரது ஆய்வுகள் முக்கியத்துவம் வாய்ந்தவையாக இருந்தன. பிந்தைய கட்டத்தில் எண்ணெயும் வளர்ச்சியும் என்ற மாத இதழின் ஆசிரியரானார். ஈராக்கில் பாத் சோசலிச கட்சியோடு இணைந்து செயலாற்றினார்.சோசலிசம் குறித்த நுண்ணுணர்வு அப்போது தான் அவருக்கு ஏற்பட்டது. சோவியத் ரஷ்யாவின் தாக்கத்தோடு அது இணைந்திருந்தது. அதன் நிலைபாடுகளில் மனமுறிவு ஏற்பட்டதால் அங்கிருந்து வெளியேறினார். அந்த கட்டம் தான் ஈராக் - ஈரான் போர் ஏற்பட்டது. அதற்கு சதாம் உசேனை கடுமையாக விமர்சித்தார். 1981ல் பிரான்சுக்கு நகர்ந்தார். மேற்குலக நகர்வுக்கு பின்னர் தான் எழுத்தில் தீவிர கவனம் செலுத்த தொடங்கினார். பிரான்சு வாழ்க்கை அவருக்கு புதிய பரிமாணத்தை கொடுத்தது. பிரெஞ்சு இலக்கியத்தை ஆழ்ந்து கற்ற முனீப் அதன் அகவய பிரக்ஞையோடு அரபு எழுத்து வெளியில்

உலவ தீர்மானித்தார். இதன் தொடர்ச்சியில் ஐந்தாண்டுகள் பிரான்சில் கழித்த முனீப் அதன் பிறகு சிரியா திரும்பினார். சிரியாவை தன் இருப்பிடமாக மாற்றிக் கொண்டார். இவரின் முதல் நாவல் மரங்களும் மர்சூக்கின் படுகொலையும் (Trees and assaisnation of Marzouq) என்ற தலைப்பில் 1973ல் வெளிவந்தது. அவரின் இளமைக்கால பாதிப்புகள் குறித்ததாக இருந்தது அந்த நாவல். இளமையின் உதிர்ப்புகள் வாழ்வின் பிந்தைய கட்டத்தில் எவ்வித பிரதிபலிப்பை செலுத்தும் என்பதான கதை வெளியை கொண்டது அது. அதன் பின்னர் அரபு பழங்குடியினரின் காதல் கதை (Pagan Love Story) என்ற நாவல் வெளிவந்தது. அரபு இனத்தின் பூர்வ குடியினரான பதூயீன்கள் பற்றிய வரைபடமாக அது இருந்தது. பதூயீன்களின் வாழ்க்கையமைப்பு பெட்ரோலிய நிலத்தோடு சம்பந்தப்பட்டது. அதனோடு இயைந்த விடுபடல்களிலிருந்து எழும் மன உணர்வுகளின் கூட்டுநிலையாக கதையமைப்பு தடமறிந்து செல்கிறது. இக்கட்டத்தில் முனீப் நவீன ஓவியங்கள் மீது கவனம் செலுத்தினார். ஈராக்கில் இருந்த போதே அவருக்கு பண்டைய மெசபடோமிய சிற்பங்கள் மீது ஆர்வம் ஏற்பட்டது. ஈராக்கின் ஓவியர்களாக இருந்த ஜவாத் சலிம் மற்றும் சகிர்அலி செய்த் ஆகியோரின் ஓவியங்கள் முனீபின் படைப்பு வெளிக்குள் மிகுந்த பாதிப்பை செலுத்தின. அவரின் அநேக நாவல்கள் அரபு ஓவியர்களின் ஓவியத்தை உட்கொண்டிருக்கின்றன. நவீன ஓவியத்தில் ஆர்வம் உண்டான பிறகு முனிப் அதை அரபு உலகம் முழுவதுமானதாக வளர்த்தெடுக்க முடிவு செய்தார். இதற்காக பாலஸ்தீன அறிவு ஜீவியான ஜாபர் இப்ராஹிம் அல் ஜாப்ராவுடன் தொடர்பை ஏற்படுத்தினார். நவீன ஓவியங்களை பொறுத்தவரை முனீப் ஒரு விமர்சகராகவே இருந்தார் எனலாம். இருபதாம் நூற்றாண்டு அரபு ஓவியர்களான பதிஹ் அல் முதரிஸ், மர்பான் பாஸி, நாதிர் நாபா, நயிம் இஸ்மாயில், ஜாபர் அல்வான், அபு

தாலிப் மற்றும் மஹ்மூத் முக்தர் ஆகியோரின் ஓவியங்களை பற்றி பல்வேறு இதழ்களில் விமர்சன கட்டுரைகளை எழுதியிருக்கிறார். இவற்றை தொகுக்க வேண்டும் என்ற எண்ணம் அவருக்கு இருந்தது. ஆனால் நிறைவேறுவதற்கு முன் மரணம் அவரை முந்திக் கொண்டு விட்டது. ஓவியங்கள் மீதான அவரின் ஆர்வம் பற்றி முனீப்பிடம் ஒரு தடவை கேட்கப்பட்டது. அதற்கு அவர் " முதலில் ஓவியங்களை விரும்பக்கூடியவன் என்ற முறையில் நான் அதன் இயற்கை தன்மையை மக்களுடன் பகிர்ந்து கொள்ள விரும்புகிறேன். இரண்டாவதாக ஓவியங்களை நேசித்த அரபு கவிஞர்கள் மற்றும் படைப்பாளிகளை கண்டறிந்து அவர்கள் தொடாத ஓவியங்களின் புள்ளிகளை, அதன் ஒளிவீச்சை தேர்ந்த விமர்சகராக உள்வாங்கி கொள்வது, மூன்றாவதாக அரபுலகில் ஓவியர்களிடையே ஏற்பட்டிருக்கும் பலகீனங்களை கண்டறிந்து அதை நாவல்கள் வழியாக சீரமைப்பது. மேற்கண்ட அம்சங்கள் அவரின் ஓவியங்கள் மீதான பங்களிப்பிற்கு உதாரணமாக இருக்கின்றன.

முனீப் தன் படைப்பு உத்தியில் நவீனத்துவத்தை அதிகம் உள்வாங்கி கொண்டு இருக்கவில்லை. நவீனத்துவத்தின் காலச்சேர்வை அதிகம் கற்றவராக இருந்த முனீப் அவரின் சமகாலத்தவர் மாதிரி அதனோடு முழுமையாக ஒன்றி போகவில்லை. நவீனத்துவம் ஏற்படுத்திய ஒரு வித அயற்சியே அதற்கு காரணம். அவரின் சமகாலத்தவர்கள் அதோர்னோவின் எதிர் காவியம் என்ற கருதுகோளுக்குள் வந்து விழுந்தார்கள். அவர்கள் நாவல் அதன் சரியான மரபில் நிற்க வேண்டுமென்றால் அதன் எதார்த்தவாத தன்மையை கைவிட வேண்டுமென்று சொன்னர்கள். அப்போது தான் அது மீண்டும் உற்பத்தி செய்யமுடியாத ஒன்றாக இருக்கும் என்றார்கள். முனீப் இந்த முறையிலிருந்து சற்று விலகி ஒரு வித தாராள கதை வெளிக்குள் தன் வரிகளை வடிவமைத்து கொண்டார். இதுவே அரபுலகில் அவரின் குறிப்பிட்ட கால இடைவெளியின் வெற்றிக்கு உதவியாக இருந்தது. நகுப் மஹ்பூஸ் இம்மாதிரியான அனுபவத்தில் இருந்திருக்கிறார். "ஒரு தடவை சொன்னார் நான் Cairo Triology'யை எழுதும் போது சில தருணங்களில் நவீன மனநிலைக்கு வெளியில் இருந்திருக்கிறேன்". இம்மாதிரியான அனுபவங்களே அவரின் பெரும்பாலான படைப்புகளில் பரவிக்கிடக்கிறது. எதார்த்தத்துக்கும் மொழிக்குமான அழகியலை அவை கூட்டிணைவு செய்கின்றன. அவரின் எதார்த்த மொழி வாசகனிடத்தில் வெறுமனே கடந்து செல்லாமல் ஒரு வித ஊடுருவலை ஏற்படுத்தியது. அரபுலகில் முனீப் ஒரு படைப்பாக்க ஆளுமையாக மாற அவரின் நாவல்களே காரணம். வாழ்வின் அவிழ்க்க முடியாத புதிர்களை பற்றி ஆராய

சிறந்த தளம் நாவலே என்று முனீப் அதிகம் நம்பினார்.முதல் நாவலுக்கு பிறகு 1982ல் வெளிவந்த வரைபடமற்ற உலகம் (World without maps) என்ற அவரின் நாவல் அரபுலகில் மிகுந்த அதிர்வுகளை ஏற்படுத்தியது. ஜோர்டானில் பிறந்து மத்திய கிழக்கின் பல்வேறு நகரங்களுக்கு புலம் பெயர்ந்து கொண்டிருந்த முனீப் வீடற்ற நிலை என்பதன் பிரக்ஞையில் ஆழ்ந்திருந்தார். எழுத்தாளரும் நாடுகடத்தலும் என்ற கட்டுரையில் முனீப் நாடுகடத்தல் என்பது ஒருவனை சமூக குற்றவாளியாக, மனநிலை பிறழ்ந்தவர் இடத்திற்கு கொண்டு சேர்க்கிறது என்றார். அவரின் பெரும்பாலான நாவல்கள் புலம் பெயர்தலை குறித்ததாகும். ஜார்ஜ் லூக்காஸின் நாவல் பற்றிய கருதுகோளான “நாவல் என்பது சமூக மாற்றத்தை முன்னிறுத்தும் களம்“ என்பதை முனீபின் நாவல் பிரதிபலித்தது. மேலும் இவரின் நாவல்களில் மேற்குலகத்தால் அதிகம் பேசப்பட்டது உப்பின் நகரங்கள் (Cities of Salt) என்ற நாவலாகும். நான்கு பகுதிகளை கொண்டிருக்கும் இந்நாவல் அரேபியாவின் பெயர் அறியப்படாத ஒரு பாலைவன கிராமத்தில் பெட்ரோலிய கண்டுபிடிப்பின் பிறகு அங்குள்ள நாடோடி பழங்குடியினர் விரட்டப்பட்ட கதையை முன்னிறுத்தியதாகும். வாதி அல் யுயோன் என்ற கற்பனா கிராமம் பாலைவன தாவரங்களாலும் சிறிய நீரூற்றுகளாலும் நிரம்பியிருக்கிறது. பூர்வ குடியினரான பதூயீன்கள் குடில் அமைத்து அதன் பல எல்லைப்பகுதிகளில் தங்கியிருக்கின்றனர். மிதப் அல் ஹதால் என்ற நபர் அவர்களின் தலைவராக இருக்கின்றார். இருபதாம் நூற்றாண்டு தொடக்கத்தில் சவூதி அரேபியாவில் பிரிட்டன் உதவியுடன் பெட்ரோல் கண்டுபிடிக்கப்பட்டது. இதன் தொடர்ச்சியில் அந்த பழங்குடியினர் வாதி அல் யுயோன் என்ற கிராமத்திலிருந்து விரட்டப்பட்டனர். எங்கு செல்வதென்ற உணர்வில்லாத நிலையில் கூட்டம் கூட்டமாக பல மைல்களுக்கு அப்பால் சென்று குடியேறுகின்றனர். வாதிஅல் யுயோன் சகல வசதிகளும் நிரம்பிய பூமியின் சொர்க்கமாக இருக்கிறது. பல வருடங்கள் கழித்து மிதப் அல் ஹதாலின் மகன் பவாஸ் அந்த கிராமத்திற்கு திரும்பி வருகிறான். தாங்கள் தங்கியிருந்தாக அறியப்படும் இடங்கள் எவ்வித சுவடுகளுமற்று எண்ணெய் குழாய்களின் தடயமாக மாறி இருப்பதை நேரில் காண்கிறான். நீரூற்றுக்களும் தடமழிந்து இருந்தன. வாதி அல் யுயோன் புதிய நகரத்திற்கான தோற்றம் குறித்ததாக இருந்தது. எதார்த்தவாத கதை சொல்லல் முறையில் இருந்தாலும் இதன் பிந்தைய பகுதி மாந்திரீக எதார்த்தவாத முறையில் இருக்கிறது. அடையாளங்களை இழத்தல் ஆழ்மன ரீதியில் ஏற்படுத்தும் பாதிப்புகள் இந்நாவலில்

பவாஸின் ஏக்கத்தோடு இயைந்து நிற்கிறது. வாழ்வு அதன் அர்த்தத்தை இழந்து நிற்பதையும் இன்னொன்றிற்கான தேடல் முற்று பெறாமல் நிற்பதையும் நாவல் பாலைவன கதைவெளிக்குள் வரைந்து கொள்கிறது. இந்நாவல் மூலம் முனீப் அரபுலக இளம் அறிவுஜீவிகளால் அதிகம் ஆகர்சிக்கப்பட்டார். அதே நேரத்தில் அரசுகளால் கடும் அச்சுறுத்தலுக்கு ஆளாக்கப்பட்டார். அரபுலகில் பெட்ரோல் பற்றிய முதல் நாவல் என எலியாஸ் கௌரியால் இது குறிப்பிடப்பட்டது. சவூதி அரேபிய அரசாங்கம் ராஜ்ய விரோத நாவல் என குறிப்பிட்டு சில காலம் இதை தடைசெய்தது. சுமார் ஐந்தாண்டுகளுக்கு பிறகு இத்தடை விலக்கி கொள்ளப்பட்டது. இந்நாவலை பற்றி முனீப் ஒரு தடவை இவ்வாறு குறிப்பிட்டார். "எவ்வளவு தூரம் இந்நாவல் வட்டார சித்திரத்தை கொண்டிருக்கிறதோ அதே அளவு உலக சித்தரிப்பையும் கொண்டது. வேறு வார்த்தைகளில் சொன்னால் வட்டார காலநிலையோடு நெருங்கும் அந்நேரத்தில் உலகத்தோடும் நெருங்குகிறது. மக்களின் வாழ்நிலையோடு ஒன்றிய நிலையில் அவர்களின் தேடலாகவும் இருக்கிறது." இவரின் கடைசி நாவலான இருண்ட நிலம் (Land of Darkness) ஈராக்கின் கதையாக பிரதிபலிக்கிறது. 19 ஆம் நூற்றாண்டின் பிற்பகுதியில் ஈராக்கின் ஆட்சியாளராக இருந்த சுல்தான் பாதுஷாவின் அதிகார ஒடுக்குமுறை குறித்ததான சித்திகரிப்பாக இருக்கிறது. அம்மக்களின் அரசை எதிர்த்த தின வாழ்வாதார போராட்டம் கதைவெளியை நுட்பமாக கட்டமைக்கிறது. இந்நாவல் இவருக்கு படைப்பு ரீதியாக மேலும் வலுசேர்த்தது. நாவல்கள் மூலம் அப்துல் ரஹ்மான் அரபு இலக்கிய வெளியின் உன்னத நிலையை வெளிக்கொண்டார் எனலாம். தீவிர எழுத்து செயல்பாடுகளில் ஈடுபட்ட அப்துல் ரஹ்மான் புற்று நோயால் சில காலம் பாதிக்கப்பட்டார். சிரியாவுக்கும், பெய்ரோட்டிற்கும் இடையே பயணம் மேற்கொண்டிருந்த முனீப் 2004 ஆம் ஆண்டு ஜனவரியில் மரணமடைந்தார். முனீப் நாவல்களின் ஆங்கில மொழிபெயர்ப்புகள் சிலவற்றை Vintage பதிப்பகம் வெளியிட்டிருக்கிறது.

அப்துல் ரஹ்மான் அல் முனீப் நேர்காணல்கள்

அப்துல் ரஹ்மான் அல் முனீப்பின் நேர்காணல்கள் மிகக் குறைவே. அதற்கு காரணம் முனீப் பத்திரிகைகளின் கண்கள் படாமல் ஒதுங்கியதாகும். இதில் ஒரு நேர்காணல் அல் ஜதீத் என்ற ஆங்கில பத்திரிகையிலும் மற்றொன்று லெபனானிலிருந்து வெளிவரும் அந்நஹாரிலும் வெளியாகி இருந்தது.

அல் ஜதீத்: உங்கள் வாழ்க்கை குறிப்புகளை எடுத்துக்கொள்வோர் உங்களின் பொருளாதார படிப்பையும் அதன் பிறகான உங்களின் ஆய்வு பட்டத்தையும் எடுத்து கொள்வார்கள். எப்படி உங்களால் பெட்ரோலிய பொருளாதாரத்திலிருந்து நாவல்களுக்கு நகர முடிந்தது?

அப்துல் ரஹ்மான் அல் முனீப்: ஒரு காலத்தில் என்னுடைய பெரிய விளையாட்டாக அரசியல் இருந்தது. அரசியல் செயல்பாடுகளை அனுபவ பூர்வமாக உணர தொடங்கிய பிறகு ஏற்படும் அனுபவம் குறைபாடு உடையதாகவும், போதாமையாகவும் எனக்கு உணரப்பட்டது. அதன் பிறகு நான் மற்றவர்களின் விசனங்களையும், வெளிப்பாடுகளையும் இணைப்பதற்கான வாய்ப்பாட்டை கண்டுபிடிக்கும் முயற்சியில் இறங்கினேன். அது வரலாற்று தலைமுறை சார்ந்ததாகவும் இருந்தது. என்னுடைய செயல்பாடாக இருந்த வாசிப்பானது எனக்கு நான் தேடி கொண்டிருந்த கருவியை அளித்தது. அரசியல் இயக்கம் என்பதை விட எனக்கு நாவல்கள் வழி அதிகம் வெளிப்பாட்டு முறையை ஏற்படுத்த முடிந்தது. பொருளாதாரத்தை பொறுத்த வரை குறிப்பாக பெட்ரோலை பொறுத்த வரை அதிகார சமூகங்கள் மீதான படிப்பினையை அளிக்கிறது. இவ்வாறாக பொருளாதாரமும், அறிவியலும் படைப்பாளிகளுக்கு சமூகத்தைப் பற்றி புரிந்து

கொள்ளும் வழிமுறையை ஏற்படுத்திக் கொடுக்கிறது. இந்த இடத்தில் தான் நாவலாசிரியன் முன்னுக்கு வருகிறான்.

அல் ஜதீத்: அரசியலை நீங்கள் ஏன் ஜனநாயகத்திற்கு எதிரானது என்கிறீர்கள்? நாவல் இலக்கிய சொல்லாடல்களை விட அதிகம் அரசியல் சொல்லாடல்களை தானே உற்பத்தி செய்கிறது.?

அப்துல் ரஹ்மான் அல் முனீப்: முதல் கேள்வியை பொறுத்த வரை நம்முடைய தலைமுறையானது கடரும் தலைமுறை என்றழைக்க சாத்தியமானது. நாம் மாற்றத்திற்கான மிகுந்த கனவுகளையும் , அபிலாசைகளையும் சுமந்து கொண்டு திரிகிறோம். அதே நேரத்தில் அரசியல் கட்சிகளின் கூட்டமைப்பானது மாற்றத்திற்கான வாகனத்தை கொண்டு வருகின்றது. நமக்கு வழிகளை விட கனவுகளே பெரிது. அரசியல் கட்சிகளின் எச்சங்கள் மாற்றத்திற்கான தூண்டலில் மிக பலவீனமாகவும், இயலாமை கொண்டவையாகவும் உள்ளன. அவைகளின் கருத்துக்களில் பழமை தன்மையும், வெறுமையும் ஒரு சேர கிடக்கின்றன. அவை சமூக இயக்கங்களுக்குள் இணைக்கப்படவில்லை. அவைகளிடம் அரசியல் செயல்திட்டங்களைவிட வெறும் கோஷங்களே மிஞ்சி இருக்கின்றன. அவைகள் எதார்த்த சோதனையை எதிர்கொள்ளும் போது அவற்றின் பலகீனங்களும், தோல்விகளும் வெளிப்படையாக தெரிய ஆரம்பித்து விடுகின்றன. இரண்டாவது கேள்வியை பொறுத்தவரை நாவலாசிரியன் அரசியல் கட்சிக்கு வெளியே அரசியல் பார்வையோடு நகரக்கூடியவனாக இருக்கிறான். காலப்போக்கில் அவன் அதிகரிக்கும் அனுபவ வெளியால் சமூகத்தை வெறும் அரசியல் சொல்லாடல்களை விட உயர்ந்த மதிப்பீட்டிற்கு கொண்டு வருகிறான். இவ்வாறாக வாசிப்பு என்பது சமூகத்திற்கு மாற்றத்திற்கான உயர்ந்த உத்திகளை ஏற்படுத்தி கொடுக்கிறது. வரலாறு, பொருளாதாரம் மற்றும் சமூகவியலானது, சமூகத்திற்கு தனித்தோ அல்லது கூட்டாகவோ அதன் கனவுகள் மற்றும் அபிலாசங்களின் வெளிப்பாட்டு முறையாக மாறுகிறது.

அல்ஜதீத்: உங்கள் நாவல்களை வாசிப்பவர்கள் சந்தேகமின்றி ஒரு விசனகரமான அறிவுஜீவியின் நிலையான பிம்பத்தை அதில் கண்டடைகிறார்கள். நாவலாசிரியர் என்ற முறையில் மூன்றாம் உலக அறிவு ஜீவிகளின் இன்றைய பங்களிப்பு என்ன என்பதாக கருதுகிறீர்கள்?

அப்துல் ரஹ்மான் அல் முனீப்: இருபதாம் நூற்றாண்டின் தொடக்கத்தில் அறிவுஜீவிகள் சமூகத்தின் மிக முக்கிய பகுதியை

பிரதிநிதித்துவப்படுத்தினார்கள். பத்தொன்பதாம் நூற்றாண்டின் இறுதியும், இருபதாம் நூற்றாண்டின் தொடக்கமும் அரபு உலகில் அறிவு ஜீவிகள் இயக்கத்தின் சுடர் காலமாக இருந்தது. அதன் பிறகான கட்டத்தில் அரசியல் இயக்கங்களும் பிற அமைப்புகளும் அவர்களின் குரலை வெளிப்படுத்த அறிவு ஜீவிகள் தங்களுக்கு அவசியம் என்பதை கண்டுபிடிக்க தொடங்கினார்கள். மற்றொரு கட்டத்தில் அவை அறிவுஜீவிகளை தங்கள் இயக்கத்து பிரசாரர்களாகவும், ஆலோசகர்களாகவும் மாற்றுகிறது. அந்த இயக்கங்கள் நலியும் போது அவை அவற்றின் அறிவுஜீவிகளின் தோல்வியை வெளிப்படுத்துகின்றன.அதே நேரத்தில் அறிவு ஜீவி தான் மட்டுமே அரசியல் இயக்கங்களுக்கு மாற்றாக சமூகத்தை பிரதிபலிக்க முடியும் என கருதுகிறான். என்னுடைய தொடக்க நாவல்களில் நான் அறிவுஜீவிகளின் தோல்வியையும், சறுக்கலையும் சித்தரித்திருக்கிறேன். பிந்தைய கட்டங்களில் அறிவுஜீவி என்பவன் முழுமையாக நாவலும், வாழ்க்கையும் இல்லை என குறிப்பிட்டிருக்கிறேன். வாழ்க்கை இதைவிட வளமானது. அறிவுஜீவியின் பங்களிப்பு இதன் முப்பரிமாண தளங்களில் இருந்த போதும் அதன் ஒரு பக்கம் இருள் கவ்வும் போது அவனால் வாழ்க்கையின் மற்ற பகுதிகளை அணுக முடியாது. நடப்பு மூன்றாம் உலக அறிவுஜீவிகளை பொறுத்தவரை அவர்களின் பங்களிப்பானது சந்தேகமின்றி முக்கிய கேள்வியாகவும், கவனமாக விவாதிக்கப்பட வேண்டிய ஒன்றாகவும் இருக்கிறது. என்னை பொறுத்தவரை அறிவுஜீவி சமூகத்தின் அறிவு தோற்றத்திற்கான, மாற்றத்திற்கான முக்கிய பங்காளியாக இருக்கிறான். அவன் வெறுமனே தூண்டிலாக, பிரசாரகராக இல்லாமல் அவனின் கருத்தியல் தளத்தில் நின்று கொண்டு சமூகத்தை அணுக வேண்டும். வேறு வார்த்தைகளில் சொன்னால் அறிவுஜீவி என்பவன் அரசியல் இயக்கங்களின் பதிலியாக அல்லது பிரசார ஊடகமாக மாறக்கூடாது. மாறாக அவனின் நிலைபாட்டில் நின்று கொண்டு ஜனநாயக பூர்வமான கருத்தாக்கங்களை. பன்முக தளங்களில் பதிவு செய்ய வேண்டும். இது தான் இன்றைய மூன்றாம் உலக அறிவுஜீவிகளின் கடப்பாடு.

அல் ஜதீத்: உங்கள் நாவல்களில் நீங்கள் குறிப்பிடுவது 'பாலத்தை கடந்து விடும் போது' கடந்து போன தோல்விகளும் அதன் வழிகளும். இது 1976ல், இருபது ஆண்டுகள் கடந்த பிறகும் அதே நிலைபாடு தானா?

அப்துல் ரஹ்மான அல் முனீப்: நான் சொன்னது "வறட்சியான ஏழு வருடங்கள்" அது இந்நூற்றாண்டு வரையோ அல்லது அதன் பிறகோ தொடரலாம். இது சவூதி அரேபியா அல்லது பிற தேக்க நிலை சமூகங்களுக்கு அதிர்ச்சியை தரலாம். அடுத்த சகாப்தங்களில் அங்கு பஞ்சம் காரணமாக உள்நாட்டு கலகங்கள் ஏற்படலாம். அரசியல் முரண்பாடுகள் இன்னும் அதிகப்படலாம். ஏற்கனவே அடிப்படைவாதம் அங்கு உச்சநிலையை அடைந்துள்ளது. இதில் முக்கிய பிரச்சினை என்னவென்றால் இதற்கான மாற்று செயல்திட்டங்களோ அல்லது வடிவங்களோ இல்லை என்பது தான். நாம் அத்தகைய நிலையில் சிவில் சமூகத்தையும் , பன்முகப்பட்ட ஜனநாயக வடிவத்தையும் ஏற்படுத்த முனைய வேண்டும்.

அல் ஜதீத்: எழுதுபதுகளில் வெளிவந்த உங்கள் நாவலான The Eastern mediterraneanல் பல விஷயங்களை கையாள்கிறீர்கள். அதே விஷயங்கள் 90ல் வெளிவந்த நாவலான "now here or the Eastern mediterranean one more time என்பதற்கும் அது திரும்புகிறது. ஏன் இந்த திருப்பம். புதிய நாவலில் அதை மறுபரிசோதனை செய்யலாம் என்று நினைக்கிறீர்களா?

அப்துல் ரஹ்மான் அல் முனீப்: Eastern mediterrraneanயை எழுதும் போது எனக்கு நானே சுய தணிக்கையாளராக இருந்தேன். அந்த தருணத்தில் வேறு நாவல் எதுவும் வெளிவராத நிலையில் அதில் எனக்கு சில விடுபடல்கள் இருந்தன. குறிப்பாக அரசியல் சிறைகள் பற்றியதானது அது. இரண்டாம் நாவலான Now here அதனை ஓரளவு நிறைவு செய்தது. இன்னும் Cities Of Saltக்கு திரும்பி கொண்டிருக்கிறேன். மொத்த நிலையில் அரசியல், சமூக, மனித நிலை போன்ற பல விஷயங்கள் நாவலுக்குள் நிரம்பியிருக்கின்றன. இதன் மூலம் நாவலாசிரியன் சாரத்தை குவியப்படுத்தும் பல விஷயங்களை அதில் வரைந்து கொள்ள முடியும் என்று நினைக்கிறேன்.

அல் ஜதீத்: இன்றைய நம்முடைய எதார்த்த பிரச்சினை எண்ணெயில் தான் ஒளிந்திருக்கிறது என நீங்கள் நம்புகிறீர்களா?

அப்துல் ரஹ்மான் அல் முனீப்: நம்முடைய பிரச்சினை என்பது முத்தளத்திலானது. எண்ணெய், அரசியல் இஸ்லாம் மற்றும் சர்வாதிகாரம். இந்த அம்சங்கள் நவீனத்துவத்திற்கான பாதையை தேடிக்கொண்டிருக்கும் அரபு சமூகங்களுக்கு குழப்பத்தையும், நிலைகுலைவையும் ஏற்படுத்துபவை. எண்ணெயானது அரசியல் இஸ்லாத்தோடு இணைந்து அதிக அதிகார குவியலை

ஏற்படுத்துகிறது. ஆப்கானிஸ்தான் இதற்கான உதாரணம். அதே நேரத்தில் எண்ணெயானது சர்வாதிகார சமூகங்களுக்கு மேலும் பலத்தையும், அதன் ஒடுக்குமுறைகளுக்கு மேற்தூண்டலையும் அளிக்கின்றது. இது பல கட்டங்களில் இணைந்து கொண்டு பிராந்தியம் முழுமைக்குமானதாக பரவுகிறது. அதே கட்டத்தில் மற்ற இயக்கங்களின் இயலாமை காரணமாக அவர்களால் இதை எதிர்கொள்ள முடியாமல் போகிறது.

அல் ஜதீத்: உங்கள் நாவல்களில் அடிக்கடி வரும் சொல்லாடலான "எங்குமில்லை" என்பது இன்னும் சந்தேகமாகவே இருந்து கொண்டிருக்கிறது. இது எதை விவரிக்கிறது?

அப்துல் ரஹ்மான் அல் முனீப்: இடங்களின் சரியான விஷயம் என்பது ஓர் இடத்திலிருந்து மற்றோர் இடத்திற்கிடையேயான உறவு முறையை விவரிப்பதாகும். அது சார்பாகவும், விளிம்பாகவும், முக்கியமற்றும் இருக்கிறது. அரசியல் சிறைகளை பற்றி குறிப்பிட்டேன் என்றால் அது ஈராக்கிலோ அல்லது சவூதி அரேபியாவிலோ இருக்கிறது என்பதல்ல. இவைகள் அட்லாண்டிக் முதல் வளைகுடா வரை இருந்தாலும் அவற்றின் சூழலும், வழியும் தீர்மானகரமான சக்திகளாக இருக்கின்றன. ஏனென்றால் எல்லோரும் அந்த சூழலின் பாதிப்புக்கு உள்ளாகிறார்கள். என்னுடைய சுய வாழ்வு மற்றும் இயக்க அனுபவங்களின் தாக்கம் சமூகம் பற்றிய பிரத்யேக வாசிப்பை ஏற்படுத்தி அவற்றை பற்றிய படைப்பு கருதுகோளுக்கு என்னை வரவழைத்தது. மேலும் இந்த சாரங்கள் என்னை ஓர் இடத்திற்கும் மற்ற இடத்திற்கும் எவ்வித வித்தியாசமும் இல்லை என்பதை கண்டுபிடிக்க வைத்தது.

அல் ஜதீத்: மேற்கண்ட எங்கள் கேள்வியின் நீட்சியில் லெபனான் பற்றி. அதை எப்படி அதிகார சமூகத்திலிருந்து வித்தியாசப்படுத்தி பார்க்கிறீர்கள்

அப்துல் ரஹ்மான் அல் முனீப்: லெபனான் உள்நாட்டு போரை பற்றி நாம் படிக்கும் போது 1975லிருந்து 90களின் முந்தைய பகுதி வரை நடந்த போரானது அந்த சமூகம் நவீனமயமாதலின் எதார்த்த அர்த்தத்தையும், அதன் கால உறவு முறையையும் நமக்கு அளிக்கிறது. அதன் அடுக்கு முறைக்கு வெளியே புராதன மற்றும் பழைய சமூகங்களுக்குரிய மோசமான பின் தங்கிய நிலையையும், பிளவுகளையும் கொண்டு விளங்குகிறது. இந்த அர்த்தத்தில் ஒரு வேளை அதன் வடிவத்திலும், தோற்றத்திலும் ஓர் இடத்திலிருந்து மற்ற இடத்திற்கு வித்தியாசம் வரலாம். ஆனால் பதுரயீன்களை

பொறுத்தவரை எண்ணெய் வளமிக்க பாலைவனங்களோடு அவர்களின் வாழ்க்கை முறை சம்பந்தப்பட்டிருக்கிறது. அங்கிருந்து அது எல்லா அரபு நகரங்களுக்கும் இடம்பெயர்ந்திருக்கிறது. இந்த சக்திகளின் தீர்மான முறை வெறும் அரசியல் மட்டுமல்ல, கலாசாரம் மற்றும் வாழ்க்கை வழி முறை போன்றவற்றோடு இயைந்திருக்கிறது.

அல் ஜதீத்: உங்களின் அம்மான் (ஜோர்டானின் தலைநகரம்) பற்றிய புத்தகத்தில் நீங்கள் நகரம் பற்றிய சுய சரிதையை போலி செய்வதாக இருக்கிறது. ஆனால் இந்த கதை 1940 முதல் பாலஸ்தீன் புலப்பெயர்வு வரை நீள்கிறது. ஏன் இந்த சுய சரிதை? இது வரலாற்றிற்குள் விவாத தன்மையை ஏற்படுத்த கூடியதா? பாலஸ்தீனியர்களின் அம்மான் புலப்பெயர்வு பொருளாதார மற்றும் அதன் கட்டமைப்பின் பிறப்பிற்கு வழி ஏற்படுத்துகிறதா?

அப்துல் ரஹ்மான் அல் முனீப்: இது பன்முக பரிமாணங்களை கொண்ட கேள்வி. முதலில் நான் நவீன இலக்கியத்தில் நகரம் பற்றிய அதிக எழுத்துக்களை கண்டுபிடிக்க விரும்பவில்லை. நகர வாழ்க்கை பற்றிய பல பிரச்சினைகள் அது ஆவணமாக்கபடாத சூழலில் கொஞ்சமாக மறைய தொடங்கி கால ஓட்டத்தில் அழிந்து விடுகிறது. நகரம் பற்றிய என்னுடைய சுய சரிதையானது அநேக படைப்பாளிகளின் தூண்டலாக விளங்கும் நகரமும், இளமைக்காலமும் குறித்ததாகும்.

அல் ஜதீத்: சுய சரிதைகள் நாவல்களில் எந்த எல்லை வரை பங்களிக்க முடியும் என்று கருதுகிறீர்கள்?

அப்துல் ரஹ்மான் அல் முனீப்: இது இரண்டு வித்தியாசங்கள் மூலம் சாத்தியமாகிறது. ஒன்று நாவல் மற்றும் பிற எழுத்து முறை. நாவலில் இதன் பங்கு அல்லது தாக்கம் மிகக்குறைவே. நாவலின் தன்னிலையில் இதன் குணாதிசயங்கள், வாழ்க்கை ஓட்டங்கள் வருகின்றன. ஒவ்வொரு ஆசிரியனும் அவன் எதை எழுதுகிறானோ அதன் சிறு பரப்பில் உள்ளாக இருக்கிறான். நாவல்களில் அறிவுஜீவியின் குணாதிசயம் என்பது அவனின் வாழ்க்கை ஓட்டத்தை அர்த்தப்படுத்துவதாக இருக்க கூடாது. அதற்கு எதிர் நிலையில் சில குணாதிசயங்களை மட்டுமே ஆசிரியன் விமர்சிப்பதாக இருக்க வேண்டும். புனைவு எழுத்தின் எல்லையானது அதன் இயல்பான வேட்கைகளையும், கனவுகளையும் கொண்டது. இதில் சுய சரிதை என்பது நாவலுக்கு அடிப்படையான தடையாக இருக்கிறது. ஒரு தடவை நான் சொன்னேன். "ஆசிரியன் தன் நாவலை சுய சரிதையாக

கருதி நகர்த்தி கொண்டு சென்றால் அவனால் எதையுமே அடைய முடியாது. இது வெறும் உணர்ச்சி பெருக்கங்களையே ஏற்படுத்தும்." என்னுடைய எழுத்துகள் இந்த எல்லையிலிருந்து வெளிநகர்ந்து தான் வந்திருக்கின்றன.

அல் ஜதீத்: மர்வான் குசப் பாஸியை (சிரியாவின் ஓவியர்) பற்றிய உங்கள் எழுத்துக்கள்...

அப்துல் ரஹ்மான் அல் முனீப்: நான் முதலில் நவீன ஓவியங்களை விரும்புபவன் என்ற முறையில் அதை மற்றவர்களோடு பகிர்ந்து கொள்ளவும் செய்கிறேன். ஓவியத்தின் ஆக பெரும் விரிவெல்லையானது இதுவாக தான் இருக்க முடியும். இலக்கிய படைப்பாளர்கள் ஓவியங்களை காண்கிற போது ஒருவித நுண்வாசிப்பு அனுபவத்தை அடைகிறார்கள். நாவல் இவற்றை கடக்கும் புள்ளியாக இருக்கிறது. மர்வான் குசப் என்னை பொறுத்தவரை இதை தான் பிரதிபலித்தார். அரபுலகில் ஓவியங்களுக்கு இருக்கும் வரவேற்பின் எல்லையை தாண்டியே அவரின் பயணம் இருந்தது. ஒரு நாவலாசிரியனுக்கு நாவலோடு உறவு ஏற்படுவது மாதிரி ஓவியங்களோடும் ஏற்பட வேண்டும் என எதிர்பார்க்கிறேன்.

இவரின் மற்றொரு நேர்காணல் லெபனானிலிருந்து வெளிவரும் அந்நஹார் என்ற அரபு வார இதழிலும் வெளிவந்தது. அதன் மொழிபெயர்ப்பின் ஒரு பகுதி

அந்நஹார்: நாவல்கள் என்பதன் களம் அரசியல் சொல்லாடல்களாக இருக்க முடியுமா? அதிகமான நாவல்களை எழுதியிருக்கும் நீங்கள் இந்த சிக்கலை எவ்வாறு அணுகிறீர்கள்.?

அப்துல் ரஹ்மான் அல் முனீப்: அரசியல் சொல்லாடல் என்பதை நான் வெறும் அனுபவ எல்லையின் வெளிப்பாடாக கருதுகிறேன். நாவல்கள் அந்த சொல்லாடல்களை தொடுவதும், விலகுவதுமான இடைவெளியை கடக்க வேண்டும். டால்ஸ்டாய், தஸ்தோவேஸ்கி ஆகியோரின் War and peace, Crime and punishment இதைத்தான் செய்தது. விரிந்த அரசியல் சிக்கல்களின் எல்லை வரைமானத்தை தாண்டுவது குறித்த பரிசோதனை முயற்சிகள் அதில் நிறையவே இருக்கின்றன. இன்னொன்று ஹெமிங்வேயின் For whom the bell tolls. பாசிசத்திற்கு எதிரான ஸ்பானிய மக்களின் போராட்டம் குறித்த பிரதிபலிப்பாக அது இருந்தது. அந்த கட்டத்தில் ஹெமிங்வேயின் பாசிசத்துக்கு எதிரான நிலைபாடு என்னை மிகவும் பாதித்த ஒன்று. இதன் தொடர்ச்சியில் அவரின் மற்றொரு நாவலான The old man and seaயும் இதே அனுபவத்தை தான் கொடுத்தது. கதை தளத்தின் வரை

கோட்டில் இந்த சொல்லாடல்கள் தவிர்க்க இயலாத ஒன்று. இதை தான் நீங்கள் என் Cities of Saltலும் காண முடியும்.

அந்நஹார்: உங்களின் Cities of Salt நாவலை சவூதி அரேபிய அரசு, சிலகாலம் தடை செய்திருந்தது. இதற்கு நாவல்கள் வெளிப்படுத்தும் அரசியல் சொல்லாடல்கள் தான் காரணமா? சவூதி அரேபிய பின்புலத்தில் உள்ள நீங்கள் இதை எவ்வாறு அணுகிறீர்கள்?

அப்துல் ரஹ்மான் அல் முனீப்: Cities of Salt நாவல் என்னை பொறுத்தவரை பாலைவனத்தின் நிரப்பப்படாத இடைவெளியின் மீது நிழல் மாதிரி விழுந்த ஒன்று.

பதூயீன்கள் பாலைவன வாழ்முறையோடு இயைந்தவர்கள். இருபதாம் நூற்றாண்டு துவக்கத்தில் சவூதி அரேபியாவில் பெட்ரோல் கண்டுபிடிக்கப்பட்ட பிறகு அந்த மண்ணோடு ஒட்டியிருந்த பதூயீன்கள் துரத்தப்பட்டனர். இடம்பெயரலுக்கும் துரத்தலுக்குமான இடைவெளியை நான் அதிகம் இனங்கண்டிருக்கிறேன். இது அரபுலகம் முழுமைக்குமே நடந்தேறியது. இதை குறிப்பதற்கு வாதி அல் யுயோன் என்பதிலிருந்து கதையை நகர்த்தினேன். சவூதியை பொறுத்தவரை கலை படைப்புகளுக்கும் அதற்குமான இடைவெளி மிக அதிகம். அரசியல் இஸ்லாம் - கலாசார இஸ்லாம் என்ற வட்டத்திற்குள் போலித்தனமான, முரண்பாடுகளுடன் சுழன்று வரும் அதன் மீது எனக்கு எவ்வித பொருட்படுத்தலுமில்லை. நாவல் தடை செய்யப்பட்ட தருணத்தில் என் சவூதி பாஸ்போர்ட் முடக்கப்பட்டது. மத்திய கிழக்கு மற்றும் ஐரோப்பாவிற்குமாக நகர்ந்து வரும் எனக்கு இந்த சிக்கலிலிருந்து எளிதாக விடுபட முடிந்தது.

அந்நஹார்: அரபு பின்னணியில் இருந்து அமெரிக்காவிற்கு சென்று உலகம் முழுமைக்குமான விமர்சகராக அறியப்பட்டவர் எட்வர்ட் செய்த். அவருடனான நேரடி அனுபவம் குறித்து...

அப்துல் ரஹ்மான் அல் முனீப்: எட்வர்ட் செய்த் எனக்கு முதலில் அறிமுகமானது நண்பர் எலியாஸ் கவுர் வழி தான். 1979ல் டமாஸ்கஸில் (சிரியாவின் தலைநகரம்) நிகழ்ச்சியொன்றிற்காக வருகை தந்திருந்தார். நானும் அதில் கலந்து கொண்டேன். எலியாஸ் கவுர் என்னை அவரிடம் அறிமுகப்படுத்திய போது மிகுந்த முன்னார்வத்தோடு என்னிடம் உரையாட தொடங்கினார். முனீப் உங்கள் நாவல்களை நான் படித்திருக்கிறேன். இடப்பெயர்வு வாழ்வின் பிரக்ஞையை கொண்டவை அவை, உங்களின் Trees and assassaination of marzouq, Pagan love story போன்றவை நான் அதிக ஆர்வத்தோடு வாசித்த நாவல்கள். இதைப்பற்றி நியூயார்க்கில் நிறைய உரையாடல்கள் நடத்தியிருக்கிறேன். சொன்னபோது அவரின் முகத்தில் இழப்பு ஒன்று சரிகட்டப்பட்ட உணர்ச்சி பாவம் தெரிந்தது. அதன் பிறகு எங்களுக்கிடையே கடித பரிமாற்றம் நிகழ்ந்து கொண்டிருந்தது. அந்த காலகட்டங்களில் அவரின்

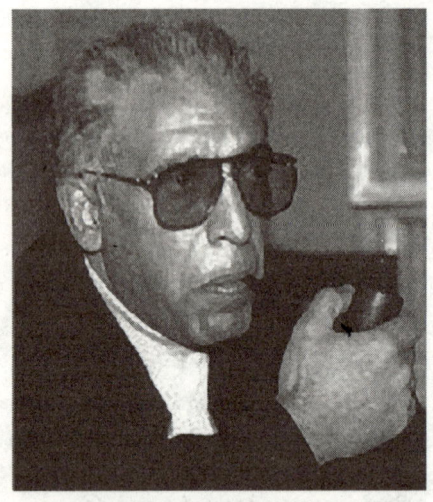

Orientalism குறித்து மேற்கு மற்றும் அரபுலகம் முழுவதும் விவாதம் நடந்து கொண்டிருந்தது. நானும் இதில் கலந்து கொண்டிருக்கிறேன். அவரின் அரபுலகம் மற்றும் பாலஸ்தீன் குறித்த ஆய்வுகள் எனக்கு பல தருணங்களில் தூண்டலாக இருந்திருக்கிறது. ஈராக் பற்றிய நிலைபாடுகளில் அவரோடு பல தருணங்களில் கருத்தொருமைக்கு வந்திருக்கிறேன். சதாமின் குவைத்ஆக்கிரமிப்பை கடுமையாக விமர்சித்தார். அதன் காரணமாக பாலஸ்தீன் தேசிய கவுன்சிலில் இருந்து வெளியேற நேர்ந்தது. யாசர் அரபாத்துடன் இது குறித்து நிறையவே விவாதித்தார். கிழக்கத்திய சமூகம் பற்றிய தேர்ந்த விமர்சகராக எட்வர்ட் செய்த் செய்த ஆய்வுகள் கால ஓட்டத்தில் பதிந்திருப்பவை.

எகிப்திய நாவலாசிரியர் அஹ்தாப் சுயைப் சில அறிமுக குறிப்புகள்

எகிப்தின் இலக்கிய வளத்தில் பெண் எழுத்தாளர்களின் பங்கு மிக முக்கியமானது. கவிதைகள். கதைகள், நாவல்கள் மற்றும் நாடகங்கள் என அவர்களின் பங்களிப்பு விரிகிறது. நீண்டகால பெரும் இலக்கிய வரலாற்றில் காலத்தை உட்கொண்டவர்களாக பல எகிப்திய பெண் எழுத்தாளர்கள் இருக்கின்றனர். அந்த பாரம்பரியம் மிக நெடியது. எகிப்தின் பல்வேறுபட்ட தருணங்களில் அவர்களின் செயல்பாடுகள் மிக முக்கியமானவை. இந்த வகைப்பாட்டில், வரிசையில் அஹ்தாப் சுயைப் முக்கியமானவர். இடைக்கால எகிப்தின் நம்பிக்கைக்குரிய படைப்பாளி. இவரின் ஆக்கங்கள் முக்கியமானவை. எகிப்தின் இலக்கிய வரலாற்றிலிருந்து பிரிக்க முடியாதவை.

எகிப்தின் தலைநகரான கெய்ரோவில் 1950 ஆம் ஆண்டு மார்ச் 23ம் தேதி பிறந்தார் சுயைப். அவரின் குடும்பம் கல்வி பாரம்பரியத்தை கொண்டது. பள்ளிக்கல்வியை கெய்ரோவில் முடித்த சுயைப் உயர்கல்வியை இங்கிலாந்தில் கற்றார். மேலும் லேன்கெஸ்டர் பல்கலைகழகத்தில் மொழியியல் பற்றிய தன் முனைவர் பட்ட ஆய்வை முடித்தார். அந்த அனுபவம் அவருக்கு மொழி பற்றியும், இலக்கியம் பற்றியும் ஆழ்ந்த தேடலை நிகழ்த்துவதற்கு உதவியாக இருந்தது. அந்த கட்டத்தில் ஆங்கில கவிஞரான அய்ன் ஹேமில்டனோடு அவருக்கு தொடர்பு ஏற்பட்டது. பின்னர் அவரை காதலித்து திருமணம் செய்து கொண்டார். தொடக்கத்தில் சிறுகதைகளை எழுதிய சுயைப் பின்னர் நாவலை நோக்கி நகர்ந்தார். ஆரம்பத்தில் அவர் எழுதிய சிறுகதைகள் நம்பிக்கைக்குரிய, எதிர்பார்ப்புக்குரிய நகர்வாக இருந்தன. அதுவே பின்னர் Aiysa என்ற மிகச்சிறந்த சிறுகதை தொகுதியை அவர் வெளியிட காரணமாக அமைந்தது. இந்த தொகுப்பு அரபு இலக்கிய உலகில் அவருக்கான இடத்தை அளித்தது. புலம்பெயர்ந்த பெண்ணின் வாழ்க்கை

குறித்தும், அவளின் சொந்த நாட்டை நோக்கிய திரும்பல் குறித்தும் இந்த தொகுப்பின் கதைகள் விவரிக்கின்றன. சுயைப்பிற்கு சிறந்த தொடக்கம் இந்த தொகுதி எனலாம். இந்த தொடக்கம் அவரை அரபு இலக்கியத்தின், உன்னத படைப்பு வெளியின் ஒரு ஸ்பரிசத்தை நோக்கி செலுத்தின. அஹ்தாப் தொடக்கத்தில் ஆங்கிலத்தில் கதைகளை எழுதினார். பின்னர் அவரின் அரபு வாசகர்கள் கேட்டுக்கொண்டதன் பெயரில் அரபியில் எழுதத்தொடங்கினார். அது அவரை அரபு இலக்கியத்தோடு அடையாளப்படுத்தியது. ஆங்கிலத்தில் எழுதும் அரபு எழுத்தாளர் என்ற முறையில் அவர் மத்தியகிழக்கு அரசியல் குறித்த அதிக அறிவையும், சிந்தனையும் கொண்டிருந்தார்.

அஹ்தாபின் எழுத்து வெளியில், அதன் பயணத்தில் பாலஸ்தீனிய துயரம் முக்கிய இடத்தை பெறுகிறது. இஸ்ரேலின் ஆக்கிரமிப்பிலிருந்தும், கொடூரங்களிலிருந்தும் அம்மக்களுக்கு தீர்வு ஏற்பட வேண்டும் என்ற தீராத தாகத்தையும், பிரக்ஞையையும் கொண்டவர் சுயைப். எழுத்து ரீதியாக இஸ்ரேலை எதிர்கொள்வது என்ற தனக்கான சொந்த சவால்களை உருவாக்கிக்கொண்டார் சுயைப். எகிப்திய வரலாறு மற்றும் அரசியலை எழுதிய அதே தருணத்தில் பாலஸ்தீன் குறித்தும் தன் புனைவு மற்றும் புனைவற்ற எழுத்துக்களில் சுயைப் வெளிப்படுத்தினார். இது பின்னர் Under the Gun: A Palestinian Journey என்ற தலைப்பில் புத்தகமாக வெளிவந்தது. அது அரபுலகிலும், மேற்குலகிலும் பெரும் அதிர்வை ஏற்படுத்தியது. இஸ்ரேலை அறிவார்ந்த ரீதியாக எதிர்கொண்டதால் யூத அறிவுஜீவிகள் மற்றும் எழுத்தாளர்கள் ஆகியோரின் கடும் விமர்சனத்திற்கு ஆளானார் சுயைப்.

சுயைபின் நாவல்கள் அவருக்கான எழுத்து வெளியில் முக்கிய தடயங்கள். அவரின் ஒட்டுமொத்த படைப்பனுபவத்தின் பிரதிபலிப்பு குவியம். அவரின் முதல் நாவல் In the Eye of the sun 1993ல் வெளிவந்தது. மேற்கு மற்றும் மத்தியகிழக்கின் உறவுமுறையை பற்றிய கதையாடலாக இருந்தது இந்நாவல். எகிப்தில் பிறந்த பெண்ணொருத்தி லண்டன் பற்றி கனவு காண்கிறாள். அது நிறைவேறும் போது அவள் லண்டன் செல்கிறாள். நாட்களின் நகர்வில் அவளின் கனவு தன் வீடு பற்றியதாக இருக்கிறது. கனவுகள் மாறி மாறி நிலைகொள்ளும் மனம் அவளுக்கானது. இதனோடு ரொமாண்டிசமும் இணைந்து கொள்கிறது. மூடப்படாத, மடக்கிக்கொள்ள முடியாத ஆண், பெண் உறவாடலின் நீண்ட கதைவெளியாக இந்நாவல் விரிந்து செல்கிறது. இது வெறும்

கணநேர காட்சியாக இல்லாமல் அதற்கான நீண்ட கதைக்களத்தை கொண்டிருக்கிறது.

சுயைபின் முதல் நாவல் வெளிவந்த தொடர்ச்சியில் Map of Love என்ற அவரின் இரண்டாம் நாவல் வெளியானது. அது சுயைபின் அபார எழுத்து திறனுக்கு உதாரணமாக அமைந்தது. புக்கர் பரிசுக்கு பரிந்துரைக்கப்பட்டது இந்நாவல். இதன் கதை கட்டமைப்பு அவரின் முந்தைய எழுத்துகளிலிருந்து வித்தியாசமாக இருந்தது. வித்தியாசமான உலகில் இருந்து வரும் தனிமனிதர்கள் தங்கள் தேடல்களோடு எவ்வாறு நகர்கிறார்கள், காதல் எவ்வாறு இறுதியாகிறது, ஓர் அரசியல் செயல்பாடாக எப்படிப்பட்ட வடிவத்தில் அது இயங்குகிறது என்பதை கதைப்படுத்துகிறது இந்நாவல். அரசியல் என்ற கதையாடல் நிலையிலிருந்து மனித உணர்வின் ஒவ்வொரு கட்டமாக இந்நாவல் நகர்கிறது. மனித வாழ்வின் ஒவ்வொரு நகர்விலும் அரசியல் விளையாடுகிறது. எகிப்திய வாழ்வு அளிக்கும் அகோன்னத சூழலில் மனிதர்கள் சமூகத்தோடு உறவாடும் காட்சியை இது பிரதிபலிக்கிறது. இதன் நீட்சியில் மற்றொரு தளத்தில் ஆத்மார்த்த காதல் பற்றிய பிம்பமாகவும் இது இருக்கிறது. திருப்பி அளிக்க முடியாத மனச்சலனத்தின் விளைவுகளை பதிவு செய்கிறது. வாழ்வு குறித்த நுட்பங்கள், அதன் சிதைவுகள், நெழிவு சுழிவுகள் போன்றவை நுணுக்கமாக பதிவு செய்யப்பட்டிருக்கின்றன. வாழ்வு பற்றிய எல்லாவித புரிதல்களும், கொண்டாட்டங்களும் ஒரு புள்ளியை மையம் கொண்டு நகர்கின்றது. மேலும் பிரிட்டனின் காலனியாதிக்க நடைமுறையில் ஒரு பெண்ணின் இருப்பும், அவளின் வாழ்வும் எப்படியான தாக்கத்தை ஏற்படுத்தும் என்பதும், அவளின் சமூக உறவாடல் எப்படியான அர்த்தப்பாட்டை உருவாக்கும் என்பதும் முக்கிய பிரச்சினை. எகிப்திய தலைநகர் கெய்ரோவிலிருந்து லண்டன் நோக்கி புலம்பெயரும் ஒரு பெண் இயல்பாக எதிர்கொள்ளும் சிக்கல்கள் மற்றும் சவால்கள் இதன் மைய நீரோட்ட கதை வெளியாக இருக்கிறது. லண்டனில் அவள் சந்திக்கும் நெருக்கடிகள் அந்நியமான உணர்வையும், தவிப்பையும் அவளுக்குள் ஏற்படுத்துகிறது. எல்லாவற்றிலும் மீளமுடியாத துயரத்திலும், வலியிலும் அவளின் தினசரி நகர்வு அமைகிறது. அந்த நகர்வை விசனகரமாகவும், வெற்றிகரமாகவும் கடக்கும் நிலையில் அது ஒரு தளத்தில் நகர்கிறது. கெய்ரோவை மையப்படுத்திய வாழ்வு அந்நியப்பட்டு போன தவிப்புகளை, அந்த அந்நியப்பாடை மீட்பதற்கான முயற்சியும் இதனோடு சேர்ந்து கொள்கிறது. இதன் கதைமாந்தரான அன்னாவின் துயரம் தொடர்கிறது. அவள் ஒரு தனித்த, சலனமற்ற அமைதியான

வாழ்க்கையை நோக்கி தன்னை இருத்திக்கொள்ள விரும்புகிறாள். ஆனால் துயரம் தொடர்ந்து கொண்டிருக்கிறது. அது வசந்தத்தை நோக்கி தன்னை எதிர்பார்த்துக்கொண்டிருக்கிறது.

The Map of Love நாவலை பொறுத்தவரை ஒருகாலத்தில் எகிப்திலிருந்து இங்கிலாந்திற்கு புலம்பெயர்ந்த அன்னா பலகாலங்களுக்கு பிறகு தேசியம் பற்றிய நுண்ணுணர்வுடன் தன் வேர்களை தேடி எகிப்திற்கு திரும்புகிறார். அவரின் ஆதர்சன எகிப்திய அரசரான பாஷா பரோடியின் ஆட்சி தடயங்களை தேடத்தொடங்குகிறார். மேலும் இதற்கு பிந்தைய கட்டத்தில் இசபல் பார்க்மென் என்ற அமெரிக்க பத்திரிகையாளர் எகிப்திற்கு வந்து அவரின் மூதாதையர் குறித்த விபரங்களை சேகரிக்கத்தொடங்குகிறார். இந்நிலையில் இந்த நாவல் காதல் என்பது எப்படி ஓர் அரசியல் செயல்பாடாக இருக்கிறது என்பதை விவரப்படுத்துகிறது. குறிப்பாக வித்தியாசமான, வெவ்வேறு உலகில் இருந்து வரும் மனிதர்களுக்கு அது எவ்வாறாக உள்ளிருந்து இயங்குகிறது என்பதையும் சித்திரப்படுத்துகிறது.

அஹ்தாப் சுயைபை பொறுத்தவரை படைப்பாளி என்பதை தாண்டிய அரசியல் நுண்ணுணர்வை கொண்டவர். குறிப்பாக அரபு வசந்தம் குறித்த அதிக அறிவையும், ஆர்வத்தையும் கொண்டிருந்தார். அதற்காகவே அவரிடமிருந்து Cairo: My City, Our Revolution என்ற நூல் வெளிவந்தது. எகிப்தின் நவீனத்துவம் சார்ந்த பொற்கால வரலாறு குறித்தும், அதன் வரலாற்று பயணங்கள் குறித்தும், சிறந்த விசால பார்வை உடைய நவீனத்துவ ஜனநாயக அரசு அமைவதின் அவசியம் குறித்தும் அவர் எழுதினார். மேலும் ஹுஸ்னி முபாரக்கிற்கு முன்னும் பின்னருமான காலவரிசையான நிகழ்வுகளைப்பற்றி விரிவாக சுயைப் இந்நூலில் குறிப்பிட்டிருக்கிறார்.

அஹ்தாப் சுயைபை பொறுத்தவரை அரபு மொழியை விட அதிகமும் ஆங்கிலத்தை தான் தன் படைப்பு மொழியாக தேர்ந்தெடுத்தார். இது அவர் சார்ந்த வட ஆப்ரிக்கா மற்றும் மத்திய கிழக்கிற்கு எந்த வகையில் உதவும் என்று அவரிடம் ஒருதடவை கேட்கப்பட்டது. அதற்கு சுயைப் இவ்வாறு பதிலளித்தார்.

"நீங்கள் புனைவின் பொதுவான நிலைபாடு அல்லது இலக்கியத்தின் பொது நிலைபாடு குறித்து கேட்பது புரிகிறது. நீங்கள் இதன் நுண் நிலைபாடு குறித்து உரையாடுகிறீர்கள். ஒரு சதவீதத்திற்கும் அதிகமான மக்கள் நாவல்கள் படிக்கிறார்களா என்பதை குறித்து எனக்கு தெரியவில்லை. திரைப்படங்களும், தொலைக்காட்சி தொடர்களும் வெகுஜன கலாசாரத்தின் ஊடகங்களாக மாறிவிட்டன. இப்போது அரபுலகில், ஒரு சதவீதத்திற்கும் குறைவான மக்கள் ஒருவர் ஐரோப்பிய மொழியில் எழுதும் நாவலை படிக்கலாம். நீங்கள் பொதுவாக ஆங்கில புனைவு வட ஆப்ரிக்காவிலும், மத்தியகிழக்கிலும் நிலைக்குமா என்று கேட்பது அர்த்தமில்லை என்று தோன்றுகிறது. நீங்கள் ஆங்கில புனைவு என்பது புனைவை வாசிக்கும் பழக்கமுள்ள மத்திய கிழக்கு மக்களிடம் நிலைக்குமா என்று கேட்டிருக்க வேண்டும். ஒருவர் இதற்கான இடம் அங்கிருக்கிறது என்றே சொல்ல முடியும். என் புத்தகங்கள் அரபி மொழியை தாய்மொழியாக கொண்டவர்கள் மத்தியில் கணிசமாக விற்பனை ஆகி இருக்கிறது. மேலும் அரபு ஊடகங்கள் புதிய புத்தகங்கள் வெளிவருவதில் அதிக ஆர்வம் காட்டுகின்றன. மேலும் ஏராளமான எகிப்திய பல்கலைகழக மாணவர்கள் ஆங்கிலத்தில் அரபு புனைவு குறித்து ஆய்வுகளை மேற்கொள்ளுகின்றனர். அவர் அரபு இலக்கியம் பரஸ்பரம் பிரதேச மாற்றம் செய்யப்பட வேண்டும் என்ற நிலைபாட்டைக் கொண்டிருந்தார். ஆங்கிலம், அரபு ஆகிய இரு மொழிகளில்

எழுதுவதன் மூலம் அஹ்தாப் தன்னை மத்திய கிழக்கு மற்றும் மேற்குலகம் ஆகிய இரண்டிற்குமான எழுத்து உறவாளராக வெளிப்படுத்திக்கொள்கிறார். இந்நிலையில் அரபுலகில் அஹ்தாப் சுயைப் பெண்ணிய போராளியும், சிறந்த எழுத்தாளருமாக தொடர்ந்து இயங்கிக்கொண்டிருக்கிறார். அவர் ஒரு தவிர்க்க முடியாத ஆளுமை.

அவரின் படைப்புகள்

- Cairo: My City, Our Revolution, Bloomsbury 2011
- Reflections on Islamic Art, editor, Bloomsbury Qatar Foundation Publishing 2007
- I Think of You, selected stories from 'Aisha' and 'Sandpiper', Bloomsbury -2005
- I Saw Ramallah, translator of MouridBarghouti, Bloomsbury - 2004
- Mezzaterra, Bloomsbury - 1999
- The Map of Love, Bloomsbury - 1996
- Sandpiper, Bloomsbury - 1992
- In the Eye of the Sun, Bloomsbury - 1983
- Aisha, Cape

ரியாத்தின் பெண்களும் பெண்களின் ரியாத்தும் சவூதிய எழுத்தாளர் ரஜா அல் சானியா ஓர் அறிமுகம்

ஆண்கள் மட்டுமே சமூக இயங்கியலில் சுதந்திரமாக உலவ முடிந்த சவூதி அரேபியாவில் பெண்கள் இயங்கா நிலை அற்றவர்கள் தான். இஸ்லாமிய அடிப்படைகளை மேற்கோள் காட்டி அவர்களுக்கான சுதந்திர உரிமைகள் மறுக்கப்படுகின்றன. இரத்தபந்த உறவின் துணையில்லாமல் அவள் வெளியே செல்ல முடியாது. சமூக உறவு என்பது அவளுக்கான இடத்தில் இல்லை. அது ஆண்களின் முழு உரிமையாக மட்டுமே இருக்கிறது. சவூதியின் இந்த பெண் விலக்கல் (Taboo of women) அடிப்படையிலிருந்து மாற்றாக ஒரு பெண் உருவாகிறாள். அதன் விலக்கல்களை கேள்விக்குட்படுத்துகிறாள். சவூதிய அதிகாரத்தை நோக்கி கேள்வி கேட்கும் ஒடுக்கப்பட்ட பெண்ணின் பிரதிநிதி தான் ரஜா அல் சானியா.

பெண்கள் சார்ந்த அதீத கட்டுப்பாடுகள் வழக்கில் இருக்கும் சவூதி அரேபியாவின் தலைநகரான ரியாத்தின் சற்று தொலைவில் ஒரு கிராமத்தில் 1981ல் பிறந்தார் ரஜா அல் சானியா. அவரின் குடும்பம் முழுக்கவும் மருத்துவ பின்னணியை சார்ந்தது. பள்ளிப்படிப்பை தன் கிராமத்தில் முடித்த சானியா ரியாத்தின் கிங் பஹத் பல்கலைகழகத்தில் 2005ல் பல்மருத்துவ பட்டப்படிப்பை முடித்தார். பின்னர் மேற்படிப்பை அமெரிக்காவின் சிகாகோ பல்கலைக்கழகத்தில் முடித்தார். இதனிடையே சிறிது காலம் சவூதிய அரசாங்க மருத்துவமனைகளில் பணிபுரிந்தார். மேலும் இளமைகாலத்திலேயே இலக்கிய ஆர்வமும் பிரக்ஞையும் நிரம்பிய சானியா அதனை முன்னோக்கி நகர்த்தினார். கல்லூரி காலத்தின் ஆரம்பகட்டத்தில் பல கதைகளை எழுதினார். அவற்றில் சில அரபு இதழ்களில் பிரசுரமாயின. சானியாவின் மாணவர் பருவம் சவூதியின் பெண் கட்டுப்பாடு சார்ந்து மிகவும் சலனமுற்றது. ஆண்கள்

அனுபவிக்கும் சுதந்திரத்தையும், அது பெண்கள் விஷயத்தில் கட்டுப்படுத்தப்படுவதையும் கூர்ந்து அவதானித்தார். அது கொஞ்சம் கொஞ்சமாக அவரின் படைப்பு மனத்தில் ஆட்கொண்டது. இதனின் தொடர்ச்சியில் 2005ல் Banat Al-Riyadh என்ற நாவலை எழுதினார். அது அரபு மொழியில் லெபனானிலிருந்து அதே காலகட்டத்தில் வெளிவந்தது. மேலும் இதன் ஆங்கில மொழிபெயர்ப்பு 2007ல் Girls of Riyadh என்ற பெயரில் வெளிவந்தது. இதனை தொடர்ந்து உலகம் முழுவதும் இது கவனம் பெற்றது. இதன் கதைவெளி சார்ந்த பிரதிபலிப்புகள் சவூதி அரேபியாவின் பொதுப்புத்தியில் மிகுந்த அதிர்வுகளை ஏற்படுத்தியது. இது சவூதி பெண்களை அவமதிப்பதாக அங்குள்ள பழமைவாதிகள் குரல் உயர்த்தினர். ஆனாலும் உள்ளார்ந்தோ அல்லது வெளிப்படையாகவோ இது சவூதி அரேபிய பெண்களிடம் மிகுந்த தாக்கத்தை ஏற்படுத்தியது. தங்கள் நீண்டநாள் ஏக்கம் சானியா வடிவில் வந்திருப்பதாக அங்குள்ள பெண்கள் தங்களுக்குள் முணுமுணுத்துக்கொண்டனர். தொடர்ச்சியில் அங்குள்ள மத குருமார்கள் இந்த நாவலுக்காக சானியா தண்டிக்கப்பட வேண்டும் என்றனர். ஆனால் சானியா அமெரிக்காவில் வசிப்பதால் இது சாத்தியமில்லை. மேற்கண்ட எல்லா எதிர்ப்புகளையும் மீறி சானியா தன் எழுத்தியக்கத்தை தொடர்ந்து வருகிறார்.

Girls of Riyadh என்ற சானியாவின் நாவல் பெரும்பாலும் கல்விச்சூழல் மற்றும் பெண்கள் வாழ்வியக்கம் சார்ந்த கதை வெளியோடு நகர்கிறது. சவூதியின் இயல்பான பெண்கள் சார்ந்த வாழ்க்கை முறையில் இருந்து இது வித்தியாசப்படுகிறது. இந்த நாவலின் கதையம்சம் சவூதியின் பல்கலைகழகத்தில் படிக்கும் நான்கு மாணவிகளை பற்றியது. அவர்களின் வாழ்வியல் இயக்கத்தோடு அது இயைகிறது. சதீம், கம்ரா,மசால், லமீஸ் ஆகியோரே அந்த நால்வர். இதில் மசால் சவூதி அமெரிக்கன். மசாலின் தாய் ஓர் அமெரிக்கர். இதில் கதைசொல்லி அடையாளமற்றவராக இருக்கிறார். நண்பர்கள் மீதான கொடுங்கோன்மையை முடிவுக்கு கொண்டுவருவதே அவரின் நோக்கம். அந்த நான்கு நண்பர்களும் அவர்களுக்குள் பல வேறுபாடுகள் இருந்த போதும் ஒன்றாக பின்னிப்பிணைந்தவர்கள். இதில் லமீஸ் தவிர மற்ற அனைவரின் வாழ்க்கையும் தோல்வியில் முடிந்தது. இதில் லமீஸ் அந்த குழுவின் வரும் முன் கணிப்பாளர். நண்பர்களின் எதிர்காலம் பற்றியும், அவர்களின் உணர்வுகள் பற்றிய சரியான கணிப்பும் லமீஸிடம் இருந்தது. மேலும் லமீஸ் மருத்துவ மேற்படிப்புக்காக அமெரிக்கா சென்றார். அங்கு தன் தோழியின் சகோதரரும், உடன் மாணவருமான

ஒருவரை காதலிக்கிறார். அவர்கள் இருவருக்கிடையேயான உறவுமுறை ஒருகட்டத்தில் முறிந்து போகிறது. அடிப்படையில் லமீஸ் தயையான மனம் படைத்தவர். தன் தோழிகளுக்கு சிறந்த ஆலோசனைகளை வழங்குபவர். அவசர காலங்களில் அவர்களுக்கு உதவுபவர். மேலும் தன் சக தோழியான கம்ராவிற்கு உதவுகிறார். அவருக்கு இணையதளம், இமெயில் , அரட்டை போன்றவற்றைப் பற்றி கற்றுக்கொடுக்கிறார்.இதில் கம்ராவின் கதை துன்பியலானது. அவருக்கு பெற்றோர்களால் திருமணம் நிச்சயிக்கப்பட்டது. பொதுவாக சவூதியில் ஆண் தனக்கு பிடித்தமான பெண்ணை பார்த்தவுடன் அவனுக்கு விருப்பமாகும் பட்சத்தில் அவன் திருமணத்திற்கு சம்மதிக்கிறான். ஆனால் அந்த தருணத்தில் இருவருக்குமிடையே கருத்து பரிமாற்றத்திற்கு அனுமதியில்லை. பார்வையிலே சம்மதிக்க வேண்டும். அதன் படியே கம்ரா ராஷித் என்பவருக்கு திருமணம் செய்து வைக்கப்படுகிறார். திருமணத்திற்கு பின் ராஷித் தன் மனைவி பர்தா அணிவதை நிறுத்துமாறு கூறுகிறார். இதன் காரணமாக, தன் கணவனின் இதயத்தை வென்றெடுப்பதற்காக கம்ரா பர்தா அணிவதை நிறுத்துகிறாள். பின்னர் தான் அருவருப்பான தோற்றத்தை உடையவளாக இருப்பதை பிரக்ஞைபூர்வமாக உணர்கிறாள் கம்ரா. பின்னர் தன் கணவரிடம் இதை விளக்கும் போது அவர் மீண்டும் அதை அணிய சம்மதிக்கிறாள். பின்னர் கம்ராவின் கணவன் மேற்படிப்பிற்காக அமெரிக்க செல்கிறார். அதன் பின் அவரின் நடவடிக்கைகள் மாறுகின்றன. அவர் ஜப்பானிய அமெரிக்க பெண்ணோடு தொடர்பு வைத்துக்கொள்ள தொடங்குகிறார். இதை கண்டிக்கிறாள் கம்ரா. குறிப்பிட்ட அந்த பெண்ணோடான தொடர்பை நிறுத்த சொல்கிறாள் கம்ரா. அதனையும் மீறி அந்த உறவை தொடர்கிறாள் ராஷித். இதற்காக தன் கணவனை கொதியுணர்வோடு பழிவாங்கும் விதமாக கம்ரா கருத்தடை மாத்திரைகளை உட்கொணர்வதை நிறுத்துகிறாள். இதன் காரணமாக ஒரு கட்டத்தில் கருவுறுகிறாள் கம்ரா. இதனால் கோபமுற்ற கணவன் அவளின் கன்னத்தில் அறைகிறான். பின்னர் அவளை சவூதி அரேபியாவிற்கே திருப்பி அனுப்புகிறான். அதன் பின்னர் விவாகரத்து கடிதம் அவனிடமிருந்து வருகிறது. பின்னர் விவாகரத்து அங்கீகரிக்கப்பட்டதன் காரணமாக அவள் தனிமையில் விடப்படுகிறாள். கர்ப்பம் காரணமாக வெளியே செல்வதற்கு யோசிக்கிறாள். இதனால் அவளின் வாழ்க்கை வீட்டிலே முடக்கப்படுகிறது. பின்னர் அவளின் தோழிகள் தான் அவ்வப்போது அவள் வெளியே செல்வதற்கு உதவி செய்கின்றனர்.

நாவல் கதை வெளியின் மற்றொரு பெண்ணான சதீமின் கதை மிகவும் சோகமானது. இளம்வயதிலேயே தாயை இழந்து விடுகிறாள் சதீம். அதனால் அவளின் தந்தையால் வளர்க்கப்பட்டாள். அவளின் திருமண வாழ்க்கை முழுவதும் மிகுந்த துயரம் மிக்க ஒன்றாக மாறுகிறது. அவளுக்கு முதலில் வலித் என்பவருடன் திருமணம் நிச்சயிக்கப்படுகிறது. நிச்சயிக்கப்பட்டதற்கும் திருமண ஒப்பந்தத்திற்கும் இடைப்பட்ட கட்டத்தில் சதீம் அவருடன் உடலுறவு கொள்கிறாள். அதன் பின்னர் அவர்கள் இருவருக்குமிடையே திருமணம் நடைபெறுகிறது. ஆனால் வலித் திருமணத்திற்கு பிறகு முன் உறவால் ஏற்பட்ட மனசஞ்சலம் காரணமாக திருமணம் முடிந்த உடன் காணாமல் போகிறார். ஒரு மாதம் மட்டுமே அவர்களுக்கிடையே உறவு முறை நீடிக்கிறது. பின்னர் சில காலம் கழித்து வலித் விவாகரத்து கடிதத்தை அனுப்புகிறார். இதனால் சதீம் மிகுந்த அதிர்ச்சியடைகிறார். சில மாதங்களுக்கு பிறகு இயல்புநிலைக்கு திரும்பிய சதீம் பிரஸ் என்பவரை லண்டனில் சந்திக்கிறார். பின்னர் அவருடன் காதல் ஏற்படுகிறது. ஆனால் அவர் ஏற்கனவே திருமணம் ஆனவர். அதனால் தன் முதல் மனைவியுடன் இவரை இரண்டாம் திருமணம் செய்ய விரும்புகிறார். இதனை விரும்பாத சதீம் திருமணம் பற்றிய விருப்பத்தை விட்டு விட்டு திருமணம் சார்ந்த நிறுவனத்தை தொடங்குகிறார். அதற்கு அவரின் நண்பர்கள் உதவி செய்கின்றனர். பின்னர் சிறிது காலம் கழித்து தன் உறவுக்காரரான தாரிக் என்பவரை திருமணம் செய்து கொண்டார் சதீம்.

மசாலின் வாழ்க்கை மேற்கண்ட மூவரை விட சற்று மேம்பட்டதாக இருந்தது. அவளுக்கு மற்ற எல்லோரையும் விட சுதந்திரமும், சகவாசமும் இருந்தது. மசால் அமெரிக்க தாய்க்கும், சவூதிய தந்தைக்கும் பிறந்தவர். ஆக தூய சவூதிய வாசி அல்ல. ஆங்கிலம் கலந்த அரபி பேசுபவர். மசால் பைசல் என்பவரை காதலிக்கிறார். மால்களில் சந்திக்க இருவரும் விரும்புகின்றனர். ஆனால் சவூதிய சட்டப்படி அந்நிய ஆணும், அந்நிய பெண்ணும் ஒருவரை ஒருவர் சந்திக்க முடியாது. பெண்களுக்கான மால்களில் சந்திக்க அனுமதியில்லை. பின்னர் காதலர் தினத்தில் சந்திக்க விரும்புகின்றனர். ஆனால் காதலர் தினம் சவூதி அரேபியாவில் கொண்டாட அனுமதி இல்லை. இதன் காரணமாக சானித்தியமற்ற உறவாகவே அவர்களின் காதல் இருக்கிறது. திருமணம் என்ற நிலையை அது அடையவில்லை. இதன்காரணமாக மன முறிவுற்ற மசால் அமெரிக்காவின் சான்பிரான்ஸிஸ்கோவிற்கு செல்கிறார். அங்கு அமெரிக்கர் ஒருவரை காதலிக்கிறார். ஆனாலும் அதுவும்

தோல்வியில் முடிகிறது. இதனால் மீண்டும் சவூதி அரேபியாவிற்கே திரும்பி தன் தந்தையிடம் துபாய்க்கு செல்ல பணிக்கிறாள் மசால். தன் மகளின் விருப்பத்தை ஏற்ற அவளின் தந்தை துபாய்க்கு செல்கிறாள். அங்கு தொலைக்காட்சி நிறுவனம் ஒன்றில் பணியில் சேர்ந்த மசால் பின்னர் அங்குள்ள ஒருவரை காதலித்து திருமணம் செய்கிறார். அவளின் வாழ்க்கையோடு சானியாவின் இந்த நாவல் முழுமையடைகிறது.

சானியாவின் ரியாத்தின் சிறுமிகள் என்ற இந்த நாவல் சவூதி அரேபிய பெண்கள் குறித்த எதார்த்த நிலைமையை பிரதிபலிக்கிறது. அவர்களின் வாழ்க்கை நகர்வுகள், நெழிவு சுழிவுகள், எண்ணங்கள், மனச்சார்பு, துக்கம், துயரம், ஏக்கங்கள், எதிர்பார்ப்புகள், தவிப்புகள் போன்ற அனைத்து வித உணர்வுகளையும் இந்த நாவல் சித்திரப்படுத்துகிறது. அதன் காட்சி வெளி முழுவதும் கல்வி வாழ்க்கையில் சவூதிய பெண்கள் எவ்விதமாக துயரார்ந்து கடந்து போகின்றனர் என்பதாக விரிகிறது. சவூதியின் மன்னர் பரம்பரை ஆட்சியில் ஒவ்வொரு மன்னரும் ஒவ்வொரு விதமாக இந்த விஷயத்தை கையாளுகின்றனர். சவூதி பெண்கள் குறித்த விஷயம் உலகம் முழுவதும் விமர்சனத்திற்கு உட்படுத்தப்படுகிறது. எழுத்தாளர்கள், அறிவுஜீவிகள் மற்றும் மனித உரிமை ஆர்வலர்கள் எல்லோருமே பெண் சார்ந்த விலக்கல் முறையை விமர்சிக்கின்றனர். சமீபத்தில் சவூதியின் இளஞ்கவிஞரான கம்ஸா ஹஸ்கர் “சவூதிய பெண்களை இறைவன் நரகத்தில் தள்ளுவதில்லை. காரணம் ஒரு குற்றத்திற்காக இறைவன் ஒருவரை இருமுறை தண்டிப்பதில்லை” என்றார். இது சவூதிய மதக்குருக்கள் மத்தியில் கடும் கொந்தளிப்பை கிளப்பி அவருக்கு மரண தண்டனை விதிக்கப்பட்டிருக்கிறது. இளம் எழுத்தாளரான சானியா இந்த நாவலின் மூலம் மத்திய கிழக்கு மற்றும் மேற்கின் இலக்கிய உலகின் கவனத்திற்கு ஆட்பட்டுவிட்டார். இதன் தொடர்ச்சி அவரை சவூதியின் மிகப்பெரும் பெண்ணியவாதியாக உருவாக்கக்கூடும்.

ரியாத்தின் பெண்கள் - ரஜா அல் சானியாவுடன் அஸ்ரக் அல் அவ்சாத் நேர்காணல்

கேள்வி: ஏன் சவூதிய அமைச்சர் காசி அல் கொசைபியை நீங்கள் உங்கள் நாவலுக்கு அறிமுக உரை எழுத சொன்னீர்கள்?

ரஜா அல் சானியா: அவரின் பங்களிப்பு மூலம் என் கனவு நிஜமானதாக இருந்தது. என் இளம்பருவத்தில் அவர் எனக்குள் மிகுந்த தாக்கமுற்றார். அவரின் எழுதிய விஷயங்களை, உரைகளை மற்றும் தொலைக்காட்சி நேர்காணல்களை பேரார்வத்துடன் அவதானிப்பதுண்டு. எப்படி ஒரு தனிமனிதர் எல்லாவகையான அறிவு, ராஜதந்திர திறமை, தன்னம்பிக்கை மற்றும் வசீகரம் ஆகியவற்றை சேகரமாக்கிக்கொள்ள முடியும் என்பதை குறித்து நான் புரிந்து கொள்ள தொடங்கினேன். அவர் என்னால் கவரப்பட்டிருக்கிறார் என்பதை என் தோழிகள் அறிவார்கள். அதன் காரணமாக அவரின் புத்தகங்களை என்னிடமிருந்து அவர்கள் மறைக்க முயற்சிப்பார்கள். காரணம் நான் உடனடியாக அவற்றை எடுத்து படிக்கத்தொடங்கி விடுவேன். நான் எழுதத்தொடங்கிய காலகட்டத்தில் அவர் ஒருநாள் என்னை வாசிப்பார் என்று கனவு கண்டேன். இதை நான் யாரிடமும் சொல்லவில்லை. காரணம் அவர்கள் என்னை பரிகசிப்பார்கள் என்று பயந்தேன். பின்னர் நான் இதை அவருக்கு அனுப்பி வைத்தேன். இதற்காக என்னை நானே குற்றப்படுத்திக்கொள்ள விரும்பவில்லை. பின்னர் மகிழ்ச்சியான ஆச்சரியமாக சிறிது நாட்களில் அவரிடமிருந்து எனக்கு தொலைபேசி அழைப்பு வந்தது. அவரின் நெருக்கடியான பணிகளுக்கிடையேயும் என் நாவலை அவர் வாசித்திருந்தார்.

கேள்வி: சில விமர்சகர்கள் ஒரு பெண் நாவலாசிரியைக்கு அவரின் எழுத்தில் தன் சிந்தனைகளை வெளிப்படுத்த போதிய அனுபவம் இருக்க வேண்டும் என்கிறார்கள். நீங்கள் 23 வயது நிரம்பியவராக இருக்கும் பட்சத்தில் இதற்கான உங்களின் எதிர்வினை என்ன?

ராஜ் அல் சானியா: அநேக மக்கள் நான் ஐம்பதின் நாற்பது என்று நினைக்கிறார்கள். என் அடுத்த நாவல் 60 அல்லது 70 வயதாக இருக்கும் போது வாசகர்கள் அதனால் கவரப்படமாட்டார்கள் என்று நம்புகிறேன். காரணம் இந்த விகிதத்தில் நான் இறக்கும் முன்னர் இரண்டு அல்லது மூன்று நாவல்களை மட்டுமே வெளியிட முடியும். நான் என் சிந்தனை மற்றும் உள்ளுணர்வு காரணமாக பண்பட்டவராக இருக்க முடியும். வயதால் அல்ல. இது என்னை சுற்றி இருக்கும் வயதான மக்களால் ஏற்படக்கூடிய மனோபாவம். நான் மற்றவர்களின் பிரச்சினைகளை கவனிக்கிறேன். மேலும் சமூக நிகழ்வுகளுக்கு இணங்க அவற்றை ஆராயவும் செய்கிறேன்.

கேள்வி: உங்கள் நாவல் சவூதி பெண்களின் சில பிரச்சினைகளை குறிப்பிடுகிறது

ரஜா அல் சானியா: ஆம். சவூதியில் உள்ள பல பெண்களின் பிரச்சினைகளை குறித்து என் கவலை இருக்கிறது. மாற்றத்திற்காக முதல் அறிகுறியை நான் உள்வாங்கி கொண்டேன். அந்த சமூக மாற்றங்கள் மதத்தோடு இணைந்ததல்ல. ஆகவே தான் நான் என் எழுத்துக்களில் அவை குறித்து விவாதிப்பதற்கு கவலை கொள்வதில்லை. மௌனம் என்பது மிக மோசமானது. எதிர்மறையான எண்ணங்களை வெறுக்கிறேன். மேலும் மற்றவர்கள் என் சார்பாக செயல்படுவதையும் வெறுக்கிறேன். என் வயது காரணமாக என் நோக்கங்களையும், தைரியத்தையும் இழக்கலாம் என்று அஞ்சுகிறேன்.

கேள்வி: ஏன் நீங்கள் உங்கள் எழுத்துக்களில் சவூதியின் உயர்வகுப்பை குறித்து அதிகம் எழுதுவதில்லை?

ரஜா அல் சானியா: ஒருவர் இன்னொரு மனிதரை குறித்து எழுதினால் அதன் அர்த்தம் அவர் மனிதகுலம் முழுவதையும் பொருத்தமற்றது என்று நம்புகிறார் என்பதா? எனக்கு மிகவும் பரிச்சயமான குணாதிசயங்களை நான் என் எழுத்துக்களில் சித்திரப்படுத்தி அவற்றை குறித்து ஆராய்ந்து எழுத வேண்டும் என்ற முடிவை எடுத்திருக்கிறேன். அதன் மூலம் இறுதியானது எதார்த்தமானதாகவும் இருக்கும். பெரும்பாலான பிரச்சினைகள் உயர்வகுப்பை சார்ந்ததல்ல என்பதை பற்றி வாசகர்கள் அறிவார்கள். குறிப்பிட்ட வகுப்பைப்பற்றிய என் தனிப்பட்ட அறிவை பயன்படுத்தி எல்லா தரப்பை சார்ந்த வாசகர்களோடும் நான் தொடர்பு கொள்கிறேன். இனிவரும் என் எழுத்துக்களில் சமூகத்தின் மற்ற பிரிவை பற்றிய விஷயங்களும் இருக்கும் என்று

உறுதியளிக்கிறேன். சமூகத்தின் பலதரப்பட்ட குழுக்கள் பற்றிய அனுபவத்தை அதிகம் பெற்ற பிறகு இவற்றை குறித்து எழுத வேண்டியதிருக்கிறது.

கேள்வி: சவூதிப்பெண்களின் வாழ்க்கை என்பது கொஞ்சம் மறைமுகமானது. உங்கள் எழுத்துக்கள் அதை வெளிப்படுத்தி உங்கள் மீது தாக்குதல் தொடுக்கும் என்று நீங்கள் நம்புகிறீர்களா?

ரஜா அல் சானியா: நான் விமர்சனத்தை எதிர்பார்க்கிறேன். மேலும் என் ஒவ்வொரு வரிகளிலும் அதனை வெளிப்படுத்தி இருக்கிறேன். கருத்து வேறுபாடுகள் உரையாடலுக்கான கதவை திறக்க வேண்டும். ஆக்கிரமிப்பிற்காக இருக்ககூடாது. நாம் மாற்றுக்கருத்துக்களை எற்பதாக இருக்க வேண்டும். மேலும் தைரியமும், தன்னம்பிக்கையும் கிடைப்பதற்கான சில அம்சங்களை ஆராய்வதற்கு தீர்மானித்துக்கொண்டிருக்கிறோம். பெரும்பாலானவர்களுக்கு தெரியும். என் எழுத்துக்கள் எதார்த்த நிகழ்வுகளை அடிப்படையாகக்கொண்டது. ஆனால் சில குழுக்கள் என் மீது தாக்குதல் தொடுக்கின்றன. மிக விநோதமாக, என் நாவலை விமர்ச்சிக்கும் பலர் அதை இன்னும் படிக்கவில்லை என்று ஒப்புக்கொள்கிறார்கள்.

கேள்வி: உங்கள் நண்பர்கள் நாவல் மூலம் நிஜ வாழ்க்கையில் கவலை கொள்ளும் போது அது அவர்களின் வாழ்க்கையை உள்ளடக்கி இருக்கும் போது நீங்கள் எங்கே கவலை கொள்வதில்லை?

ரஜா அல் சானியா: நாவல் போல் அல்லாமல், என் நெருங்கிய நண்பர்கள் அனைவரும் மிகுந்த ஆதரவாக இருக்கின்றனர். அவர்கள் என் வெற்றியை கொண்டாடி அதனை தொடரச் செய்கின்றனர். புனைவு நண்பர்கள் போல் அல்லாமல், நாங்கள் இன்னும் நெருக்கமாக் இருக்கிறோம். அவர்கள் அடுத்த நாவலுக்கான கருத்துக்களையும், ஆலோசனைகளையும் மிகுந்த தூண்டலான வடிவில் தந்து கொண்டிருக்கிறார்கள். சில சமயங்களில் அவர்களின் பெற்றோர்கள் என்னை அழைத்து என்னை பாராட்டுகின்றனர். தூண்டுகின்றனர். காரணம் நான் எழுத வேண்டியவற்றை வெளிப்படையாகவும், நேர்மையாகவும் எழுதுகிறேன். மேலும் சவூதிய சமூகத்திற்கு மிகவும் அவசியமான விஷயங்களை எழுத்தில் கையாளுகிறேன்.

கேள்வி: நீங்கள் செவ்வியல் மற்றும் பேச்சு வழக்கிலான அரபு மொழியை உங்கள் நாவல்களில் கலந்து பயன்படுத்துகிறீர்கள் என்று விமர்சகர்கள் விமர்சிக்கிறார்கள். இந்த கலவை முறைமைக்கு உங்களை தூண்டும் சக்தி எது?

ரஜா அல் சானியா: மக்கள் எல்லா நாவல்களுக்கும் தீர்ப்புக்களை அளிப்பார்கள். இது இளம் எழுத்தாளரின் முதல் நாவல் என்று விட்டு விடுங்கள். இது இயல்பானது. நான் எல்லா நேர்மறையான விமர்சனங்களையும் கவனிக்கத்தொடங்கி விட்டேன். அச்ச உணர்விற்கு அப்பாற்பட்டு நிந்தனைக்குள்ளாவதை யாருமே அறியமாட்டார்கள். நான் முதல் சில அத்தியாயங்களை (வசனங்கள் உட்பட) செவ்வியல் மொழியின் எழுதினேன். பின்னர் அவற்றை என் விருப்பத்திற்கேற்ப மாற்றினேன். என்னால் செவ்வியல் மொழியை பயன்படுத்தியதிலிருந்து சமாதானம் ஆக முடியவில்லை. அப்படியிருக்க எப்படி வாசகர்களை சமாதானம் செய்ய முடியும்? நான் என் நாவலில் கடினமான, நீண்ட மொழியை பயன்படுத்தி இருக்கிறேன் என்று நினைக்கிறேன். நான் அவற்றில் பல வாக்கியங்களை மாற்றினேன். புகழ்பெற்ற அரபு எழுத்தாளர்களான நகுப் மஹ்பூஸ் மற்றும் தவ்பீக் ஹக்கீம் ஆகியோர் வட்டார சொற்களை தங்கள் நாவல்களை பயன்படுத்தி இருக்கின்றனர். ஆக நான் சவூதிய வழக்குகளை என் நாவல்களின் பயன்படுத்தி இருக்கிறேன் என்பதற்காக நான் இலக்கிய குற்றவாளி என்று

நினைக்கவில்லை. மேலும் வட்டார வழக்காறுகளை வாசகர்களின் வசதிக்காக வேண்டி பயன்படுத்துகிறேன்.

கேள்வி: *நீங்கள் மின்னணு செய்திகளை நம்புகிறீர்களா? இணையம் இன்று இலக்கியத்திற்கு முக்கிய நிழலாக மாறிவிட்டது.*

ரஜா அல் சானியா: இணையதளம் இன்று விர்ச்சுவல் உலகத்தை பிரதிநிதித்துவப்படுத்துகிறது. ஏற்கனவே எதார்த்த வாழ்க்கையில் பிணைந்திருக்கிறது. இருந்தும் சிலர் இலக்கிய உலகத்தையும், உண்மையிலிருந்து கருத்துக்களையும் பிரிக்க முயற்சிக்கின்றனர். ஆக நான் இந்த பிரிவை இலக்கியத்திற்கும், எதார்த்த வாழ்க்கைக்குமான முரணாக கருதுகிறேன். நம்மில் பெரும்பாலானோர் நவீனத்தை அச்சத்துடன் அணுகுகிறோம். இது எழுத்தாளர்கள் மற்றும் வாசகர்களுக்கு பொருந்தும். எதார்த்த நடையில் எழுதுவதை, அது சிறந்த சிந்தனை மாதிரியாக இருப்பதை நான் பிரச்சினையாக பார்க்கவில்லை. பிரதியின் மதிப்பை குறைப்பதிலிருந்து அப்பாற்பட்டு, அதனை அதிகரிக்க செய்கிறது,

கேள்வி: *உங்கள் சொந்த வார்த்தைகளில், இந்த நாவலுக்கு வரவேற்பு எப்படி?*

ரஜா அல் சானியா: இந்த நாவல் புகழ்பெற்றது என்பதை விட நிரூபிக்கப்பட்டிருக்கிறது என்பதாக நான் நினைக்கிறேன். நான் இன்னும் எதிர்பார்க்கிறேன். குறிப்பாக இலக்கிய விமர்சகர்களின் விமர்சனங்கள் மற்றும் சமூக விமர்சனங்களையும். வேறுபட்ட கருத்துகள் மற்றும் இதன் மூலம் கிடைக்கும் அனுபவத்திலுள்ள அநுகூலத்தை வைத்து இனிவரும் படைப்புகளில் அதனை பயன்படுத்தப்போகிறேன்.

தெருவில் நகர்கிறது சைக்கிள் - சவூதியின் பெண் திரைப்பட இயக்குநர் ஹைபா அல் மன்சூர் ஓர் அறிமுகம்

பாலைவனத்தை சுற்றிப்போர்த்திக்கொண்டு, அதற்கு அடியில் பெட்ரோலை வளமாக நிரப்பிக்கொண்டு மதம் சார்ந்த அதிகார மையத்தை கட்டியெழுப்பிக்கொண்டிருக்கும் சவூதி அரேபியா பெண்கள் மீதான பல கட்டுப்பாடுகளுக்கு பெயர்போனது. அங்கு பெண்கள் சுதந்திரமான நடத்தை உடையவர்களாக இருக்க முடியாது. அவர்களின் இருப்பே பெரும்பாலும் ஆண் சார்ந்தது தான். மேலும் அங்கு பெண்களுக்கு வாகனம் ஓட்ட அனுமதி இல்லை. ஆண் துணை இல்லாமல் அவர்கள் வெளியே செல்ல முடியாது. தெருவிற்கு வருவது கூட சிரமமான காரியம். பெண்களின் வேலை உரிமை கூட மிகுந்த கட்டுப்பாடான ஒன்று தான். மேலும் திரையரங்குகள் அனுமதிக்கப்படாத சூழலில் திரைப்படம் எடுப்பதும் தடுக்கப்பட்ட ஒன்று தான். பெண்கள் சார்ந்த கட்டுப்பாடுகள் வெகுகாலமாக இருக்கும் சவூதி அரேபியாவில் எல்லாம் தாண்டி துணிச்சல் மிகுந்த பெண்ணாக, சவூதியின் வரலாற்றில் முதன்முறையாக திரைப்படம் எடுத்திருக்கிறார் சவூதிய பெண்ணான ஹைபா அல் மன்சூர்.

சவூதி அரேபியாவின் இலக்கிய பின்னணி கொண்ட குடும்பத்தில் பிறந்தவரான ஹைபா அல் மன்சூர் இளம்வயதிலேயே திரைப்படங்கள் மீது ஆர்வம் கொண்டிருந்தார். சவூதியின் பிரபல கவிஞரான அப்துல் ரஹ்மான் அல் மன்சூரின் மகளாக 1975 ஆம் ஆண்டு சவூதியின் தலைநகரான ரியாத்தின் புறநகர் ஒன்றில் பிறந்தார் ஹைபா. பள்ளிப்படிப்பை சவூதியில் முடித்த அவர் கல்லூரி படிப்பை எகிப்தின் அமெரிக்க பல்கலைகழகத்தின் முடித்தார். மேலும் திரைப்பட ஆர்வம் காரணமாக ஆஸ்திரேலியாவின் சிட்னி நகரில் உள்ள திரைப்பட கல்லூரி ஒன்றில் திரைப்பட கல்வியை ஹைபா முடித்தார். அதன் பிறகு திரைப்படம் குறித்த தேடலில்

இறங்கினார். பல உலக திரைப்படங்களை பார்க்க தொடங்கினார். அது சார்ந்த பல புரிதல்கள் அவருக்கு ஏற்பட்டன. தானும் வருங்காலத்தில் இம்மாதிரியான திரைப்படங்களை தயாரிக்க வேண்டும் என்ற உத்வேகம் அவரிடம் இருந்தது. ஆனால் சவூதிய சமூக சூழல் அவரை தடுத்தது. இருந்தும் அதன் மீதான எதிர்நீச்சல் குணாம்சம் அவரிடம் இருந்தது. மேலும் முதன்முதலாக அவர் குறும்படம் இயக்கும் தருணத்தில் கடும் எதிர்ப்பு ஏற்பட்டது. அவர் குடும்பத்தினருக்கு பிறரால் கடும் அழுத்தம் கொடுக்கப்பட்டது. இது சவூதிய விதிமுறைகளுக்கும், இஸ்லாத்திற்கும் மிக விரோதமான ஒன்று என கூறப்பட்டது. ஆனாலும் ஹைபாவின் தந்தை கொடுத்த ஊக்கம் காரணமாக 'யார்'? என்ற குறும்படத்தை முதன்முதலாக இயக்கினார். அது பெரும் சர்ச்சையையும், கொந்தளிப்பையும் ஏற்படுத்தியது. அதன் பின்னர் தொடர்ந்து பல குறும்படங்களையும், ஆவணப்படத்தையும் எடுக்க தொடங்கினார்.

ஹைபாவின் தொடர்ச்சியான திரைசார்ந்த, கலை வெளிப்பாட்டின் பகுதியாக அவருக்கு முழுநீள திரைப்படம் தயாரிக்க வேண்டும் என்ற ஆர்வம் ஏற்பட்டது. இதற்காக மிகுந்த சிரமப்பட்டார். ஒரு கட்டத்தில் அந்த சிரமமும், தடங்கல்களும் அவருக்கு திரைப்படத்தை தயாரித்து முடிக்க வேண்டும் என்ற அழுத்தமான நம்பிக்கையை கொடுத்தது. அதன் பலனாக தான் நீண்ட பெரும் போராட்டத்திற்கு பிறகு வஜிதா என்ற திரைப்படத்தை

தயாரித்தார் ஹைபா. இந்த திரைப்படத்திற்கான படப்பிடிப்பை சவூதியில் நடத்துவதற்கு கடும் எதிர்ப்பு காணப்பட்டது. இதன் காரணமாக இந்த படத்தின் பெரும்பாலான காட்சிகள் வாகனத்தில் இருந்து காட்சிப்படுத்தப்பட்டன. இந்த படத்தின் கதையமைப்பு விநோதமானது. சவூதி அரேபியாவின் பெண்கள் சார்ந்த கட்டுப்பாட்டு முறைமையை பிரதிபலிக்கக்கூடியது. அதாவது பெண்களுக்கு சவூதியில் வாகனம் ஓட்ட அனுமதி இல்லை. இதனை அடிப்படையாக வைத்து இதன் திரைக்காட்சி நகர்கிறது. சவூதியின் தலைநகரான ரியாத்தின் புற நகரில் ஒரு கிராமத்தில் உள்ள 12 வயது சிறுமிக்கு நீண்ட நாட்களாக சைக்கிள் ஓட்ட ஆசை. ஜீன்ஸ் மற்றும் பனியன் உடை அணிந்த அந்த சிறுமி திரைப்படங்களை பார்க்கிறாள். ஆனால் சைக்கிள் மட்டுமே அடைய முடியாத ஒன்றாக இருக்கிறது. அது ஒரு கட்டத்தில் நிறைவேறாத கனவாக மாறுகிறது. பின்னர் தன் தந்தையிடம் அந்த சிறுமி சைக்கிள் ஆசையை பகிர்ந்து கொள்கிறாள். சவூதிய சூழலை காரணங்காட்டி சைக்கிள் வாங்குவதை மறுக்கிறார் அவளின் தந்தை. பின்னர் நீண்ட போராட்டத்திற்கு பிறகு அவளின் கனவு நிறைவேறுகிறது. அவள் தந்தை தன் மகளின் வேண்டுகோளுக்கிணங்க சைக்கிளை வாங்கி கொடுக்கிறார். தன் கனவு நிறைவேறிய அகோன்னத தருணத்தில் அந்த சிறுமி குறிப்பிட்ட சைக்கிளில் அந்த கிராமத்து தெருக்களை வலம் வருகிறாள். இதன் தொடர்ச்சியாக கேமரா நகர்கிறது. சிறந்த காட்சியமைப்பை இதன் பின்னணியில் அமைத்திருக்கிறார் ஹைபா. திரைப்படம் குறித்த வறட்டுத்தனமான, இயந்திரத்தனமான புரிதல் நிலவில் இருக்கும் சவூதி அரேபியாவில் ஹைபா இயக்கிய இந்த வஜிதா என்ற திரைப்படம் வரலாற்று முக்கியத்துவம் வாய்ந்தது. இதுவே சவூதியின் வரலாற்றில் முதல் திரைப்படம். மேலும் இவரின் Who மற்றும் Women without shadows ஆகிய குறும்படங்கள் சவூதிய பெண்களின் அபயா என்ற கருப்பு அங்கியை குறித்து அதிகமும் உரையாடுபவை. இது அங்கு கடும் விமர்சனத்தையும், கொந்தளிப்பையும் ஏற்படுத்தியது. பெண்களின் உடை குறித்த அதிக விமர்சனங்கள் மேற்கண்ட இரு குறும்படங்களில் இருந்தன. மேலும் சவூதியின் பெண்கள் சார்ந்த விலக்கல் முறையையும் ஹைபா கேள்விக்குட்படுத்தினார். இது அங்குள்ள பெண்கள் மற்றும் மனித உரிமை அமைப்புகளின் ஆதரவை அவருக்கு பெற்றுத் தந்தது. மேற்கண்ட திரைப்பட படைப்புகள் மூலம் ஹைபா சவூதி அரேபியா தன் பண்பாடு சார்ந்து சுயவிமர்சனங்களை செய்து கொள்ள வேண்டும் என்றார். அதுவே நடப்பு சார்ந்த அவசியமான நடவடிக்கை என்றார். மேலும்

பெண்ணியம் சார்ந்த பல உரிமைக்குரல்களை முன்னெடுத்தார். இவரின் வஜிதா என்ற திரைப்படம் பல சர்வதேச திரைப்பட விழாக்களில் திரையிடப்பட்டிருக்கிறது. மேலும் பல சர்வதேச விருதுகளை வாங்கி இருக்கிறது. அதீத கட்டுப்பாடான சமூகத்தில் ஒரு மீறலை நிகழ்த்துவதன் மூலம் அது நீண்டகாலத்திற்கான விடுதலையை நோக்கி தன் பயணத்தை தொடக்கி வைக்கிறது. இதன் மூலம் அரபுலக வட்டாரத்தில் மிக முக்கியமான இடத்தை ஹைபா அடைந்து விட்டார். இவரின் இந்த திரைப்பட முயற்சி அரபுலக வரலாற்றில், குறிப்பாக சவூதி அரேபியா வரலாற்றில் மிக முக்கிய பதிவாக்கம். இது போன்ற முயற்சிகள் தொடரும் நிலையில் சவூதியின் சூழல் மாற வாய்ப்பிருக்கிறது. இவரின் குறும்படங்கள் பின்வருமாறு

- Who? (من؟)
- The Bitter Journey (الرحيل المر)
- The Only Way Out (أنا والآخر)
- Women Without Shadows (نساء بلا ظلال)

அரபு கவிதையியல்
அரபுக் கவிஞர் அதோனிஸ் ஓர் அறிமுகம்

கவிதை என்ற மிகச்சிறந்த இலக்கியவடிவத்தின் சிறந்த பங்களிப்பையும், ஆளுமைகளையும் அரபுலகம் வரலாறு நெடுகிலும் உருவாக்கி விட்டிருக்கிறது. அரபு பழங்குடியினர் சிறந்த செவ்வியல் கவிஞர்களாகவும், வரலாற்றாசிரியர்களாகவும் கடந்து சென்றிருக்கின்றனர். ஒரு தேர்ந்த கவிதை மனத்திற்கான, உன்னதத்திற்கான குறியீடாகவும் அரபுலக கவிதைகள் இருந்திருக்கின்றன. கவிதைக்கான எல்லாவித சாத்தியப்பாடுகளை தாண்டியும் அரபுலகம் நகர்ந்திருக்கின்றது. இருபதாம் நூற்றாண்டில் அதன் வேகம் இன்னும் அதிகரித்தது. அதற்கு காரணமான ஒருவராக அதோனிஸ் இருக்கிறார். அதோனிஸின் வேகம் அரபுக்கவிதைகளை மற்றொரு நிலைக்கும், தளத்திற்கும் எடுத்துச்சென்றிருக்கின்றது.

கலைஞர்களையும், சிறந்த எழுத்து ஆளுமைகளையும் உருவாக்கிய சிரியாவில் அதோனிஸ் 1930ல் ஒரு விவசாய குடும்பத்தில் பிறந்தார். வறுமைப்பின்னணியை சார்ந்த குடும்ப உறுப்பினரான அதோனிஸ் இளம்வயதிலேயே கவிதைகளில் ஆர்வம் கொண்டவராக இருந்தார். இதன் காரணமாக தன் 19ம் வயதில் கிரேக்க புராண கடவுளான அதோனிஸ் பெயரை தனக்கு சூட்டிக்கொண்டார். இந்த பெயரிலேயே கவிதைகளை எழுதத்தொடங்கினார். விவசாய பின்னணியில் இவரின் குடும்பம் இருந்ததால் பள்ளிக்கு செல்ல முடியவில்லை. இதன் காரணமாக வயல் வெளிகளில் வேலைபார்க்கும் நிர்பந்தத்திற்கு ஆளானார். அங்கும் இவரின் தந்தை இவருக்கு கவிதைகளை கற்றுக்கொடுத்தார். மேலும் குர்ஆனையும் கற்றுக்கொடுத்தார். தன் 14 ஆம் வயதில் தன் பகுதிக்கு வருகை தந்த சிரிய அதிபர் சுக்ரி அல் குவைத்தியின் முன்னிலையில் அதோனிஸ் கவிதைகளை படித்துக்காட்டினார். இதனைக்கண்டு வியந்த சிரிய அதிபர் இவரை பள்ளிக்கு அனுப்ப வேண்டும் என்றும், மேலும் உயர்கல்வி வரை சென்று மிகப்பெரும்

ஆளுமையாக இவர் உருவாக வேண்டும் என்றும் தன் விருப்பத்தை தெரிவித்தார். மேலும் அதற்கான செலவை தானே ஏற்பதாக அவர் தெரிவித்தார். இதனைத்தொடர்ந்து இவர் புகழ்பெற்ற பிரெஞ்சு பள்ளி ஒன்றிற்கு கல்விக்காக அனுப்பப்பட்டார். மேலும் டமாஸ்கஸ் பல்கலைக்கழகத்தில் தத்துவக்கல்வியை பயின்றார் அதோனிஸ். அதன் மூலம் தன் ஆளுமைத்திறனையும், தத்துவ அறிவையும் விரிவுப்படுத்திக்கொண்டார் அதோனிஸ். அவரின் கவித்துவ மனமும் விரிவார்ந்த தளத்தை நோக்கிச் சென்றது.

1956ல் அதோனிஸின் வாழ்வில் முக்கிய திருப்பம் ஏற்பட்டது. சிரியா சார்ந்த அரசியல் விவகாரங்களில் கவனம் செலுத்த ஆரம்பித்தார். அதற்கு முந்தைய கட்டத்தில் அரசியல் போராட்டங்களுக்காக பல ஆண்டுகள் சிறையில் கழிக்க வேண்டியதிருந்தது. 1956ல் லெபனான் தலைநகர் பெய்ரூட்டிற்கு புலம்பெயர்ந்தார். அங்கு புலம்பெயர்ந்தவர்கள், படைப்பாளிகள், எழுத்தாளர்கள் மற்றும் கலைஞர்கள் ஆகியோருடன் அவருக்கு அறிமுகம் ஏற்பட்டது. அங்கு கவிதைக்கான சிர் மற்றும் முவாஹப் போன்ற இதழ்களை நடத்தினார். இதன் மூலம் அரபுக்கவிதைகளை மற்றொரு தளத்திற்கும், கட்டத்திற்கும் எடுத்துச்சென்றார். அதுவரை இருந்த மரபான வடிவத்தை உடைத்து, இன்னொரு வித்தியாச படிமத்திற்கு எடுத்துச்சென்றார் அதோனிஸ். மேலும் சூபிச தாக்கமும் அவரின் கவிதைகளில் இருந்தது. இதன் தொடர்ச்சியில் 1973ல் பெய்ரூட் புனித ஜோசப் பல்கலைகழகத்தில் டாக்டர் பட்டம் பெற்றார் அதோனிஸ். இந்நிலையில் 1970லிருந்து 1985 வரை லெபனான் பல்கலைகழகத்தில் பேராசிரியராக அதோனிஸ் பணிபுரிந்தார். மேலும் 1985ல் லெபனான் உள்நாட்டுப்போர் காரணமாக பிரான்சுக்கு சென்ற அதோனிஸ் அங்கும் தன் கவிதைகளை தொடர்ந்தார். இதனிடையில் பிரான்சு சோபோன் பல்கலைகழகத்தில் சிறிதுகாலம் பேராசிரியராக பணிபுரிந்தார். பிரெஞ்சு கவிதைகளின் தாக்கம் அவரின் அரபு கவிதைகளை மேலும் கூர்மைப்படுத்தத் தொடங்கியது. சிறந்த கவிதைகளை எழுதியதன் விளைவாக 1997ல் அவருக்கு ஜெர்மனியின் கோதே விருது வழங்கப்பட்டது. இதனைப்பெற்ற முதல் அரபுக்கவிஞர் அதோனிஸ் தான். 1964ல் அவரின் முதல் தொகுதி வெளியானது. செவ்வியல் அரபுக்கவிதைகள் பற்றிய நூலாக அது இருந்தது. பின்னர் 1973ல் இரண்டாம் தொகுதி Al-Thabit wa al-Mutahawwil (The fixed and changing) என்ற பெயரில் வெளியானது. இது சமகால மற்றும் அரபு செவ்வியல் கவிதைகள் குறித்த விரிவான பதிவாக இருந்தது. இதன்

மூலம் அதோனிஸ் அரபு கவிதை மொழியை மறுகட்டமைப்பு மற்றும் மறு உருவாக்கம் செய்ய முயன்றார்.

அதோனிஸின் கவிதை அரபு வெளியில் தொடர்ச்சியான தாக்கத்தை எற்படுத்தியது. குறிப்பாக புலம்பெயர்ந்தவர்கள், அரசியல் காரணங்களுக்கான நாடு கடத்தப்பட்டவர்கள் மற்றும் ஒடுக்கப்பட்டவர்களுக்கான குரலாக இருந்தது. இந்நிலையில் அதோனிஸின் அடுத்த தொகுதியாக The Songs of Mihyar of Damascus வெளியானது. இது முற்றிலும் புலம்பெயர்ந்தவர்கள் மற்றும் ஒடுக்கப்பட்டவர்கள் குறித்த தொகுதியாக இருந்தது. இதன் மொழி அந்த சாரத்தை பிரதிபலித்தது. அதன் நெடுமங்களோடு தன் பயணத்தை தொடர்ந்தது. உக்கிரமும், வலியும், துக்கமும், மனித துயரங்கள் அதன் நெடிமையாக இருந்தன.

அதோனிஸின் கவிதை இயக்க வெளியில் மிக முக்கிய ஆக்கம் என்பது 1980ல் வெளிவந்த A time between Ashes and Roses தொகுப்பு. இதில் இடம்பெற்ற மூன்று நீண்ட கவிதைகள் அரபு - இஸ்ரேல் ஆறு நாள் போரைப்பற்றியதாக இருந்தது. அரசியல் குறித்த நுண் தள பிரக்ஞையை வாசக மனங்களில் ஏற்படுத்தியது. மேலும் சமகால அரபுக்கவிதைகளை இது மற்றொரு தளத்திற்கு நகர்த்தியது. அதுவரை கவிதைகள் என அறியப்பட்ட மரபார்ந்த வடிவம் தகர்க்கப்பட்டு புதிய வடிவத்தை நோக்கிச் சென்றது.

அதோனிஸின் எழுத்து வாழ்க்கையின் மிக குறிப்பிடத்தக்க விஷயம் என்பது அவரின் அரபு செவ்வியல் மற்றும் இடைக்கால கவிதைகள் குறித்த ஆய்வாகும். மேலும் குர் ஆனின் உள்ளடக்கம் அதன் மொழி பிரக்ஞை குறித்தும் அதிகம் ஆராய்ந்தார். அரபு இலக்கிய வரலாற்றில் அதோனிஸின் செவ்வியல் கவிதை குறித்த ஆய்வு மிக முக்கியமானது. ஜாஹிலிய்யா என்று அறியப்பட்ட அறியாமை காலகட்டத்தின் வாய்மொழி வரலாற்றுக் கவிதைகளை அதோனிஸ் சிலாகித்தார். அதனடிப்படையில் வாய்மொழி என்பதை மூன்று வித தன்மையோடு அணுகினார். அறியாமை கால கவிதைகளின் வேர்கள் மற்றும் அது வாய்மொழியாக வளர்ந்து ஒலி குரல் கலாசாரமாக பரிணமித்தது, இரண்டாவதாக இது எழுத்து வடிவம் பெறாமல் அது மனித நினைவகங்களில் பதிந்து வாய்மொழி பரிமாற்றமாக மாறியது, மூன்றாவதாக இதன் குணாம்சம் மற்றும் பிந்தைய எழுத்து வடிவ அரபு படைப்புகளில் இதன் தாக்கம் எவ்வாறு அழகியலாக உருவெடுத்தது என்பதைப்பற்றிய பன்முக ஆய்வாக அமைந்தது.

இஸ்லாமுக்கு முந்தைய கவிதை என்பது பாடலின் வடிவமாக பிறந்தது. இது கேள்வியின் அடிப்படையாக வளர்ந்தது. வாசிக்கவோ அல்லது எழுதவோ செய்யப்படவில்லை. இந்த வாய்மொழி கவிதையில் குரலானது உயிர் மூச்சாக இருக்கிறது. அதாவது உடலின் இசையாக இருக்கிறது. இது பேச்சாகவும் அதற்கு அப்பாற்பட்ட பேச்சு வடிவமாகவும் இருக்கிறது. குரலுக்கும், பேச்சிற்குமான இந்த உறவுமுறை சிக்கலானதாகவும், செழுமையாகவும் இருக்கிறது. மேலும் கவிதையின் தனித்துவத்தையும், அதன் இயங்குதன்மையையும் இது வெளிப்படுத்துகிறது. நாம் பாடலின் வடிவில் ஒரு பேச்சை கேட்கும் போது ஒரு தனிப்பட்ட வார்த்தைகளை மட்டும் கேட்காமல் அதன் ஆன்மாவை கேட்கிறோம். அரபியில் பாடல் என்பது நஷித் என்றழைக்கப்படுகிறது. இதன் வேரை தேடிச்சென்றால் அது குரல் என்பதை குறிக்கிறது. குரலை உயர்த்துதல் மற்றும் கவிதையை பாடுதல் என்பதான அர்த்தப்பாடுகளை உருவாக்குகிறது. இஸ்லாமுக்கு முந்தைய அரபுக்கவிதையின் இரு அடிப்படை கோட்பாடு என்பது சத்தமாக பாடுதல் மற்றும் கவிஞர் அவரின் சொந்த கவிதையை பாடுதல் என்பதாகும். கவிதையின் குரல் அதன் கோர்வையை விட சிறந்ததாக இருக்க வேண்டும். மேலும் கவிஞர் தன் சொந்த கவிதையை பாடுவதற்கான திறமையை பெற்றிருக்க வேண்டும். அது கேட்பவர்களை ஈர்க்கக்கூடியதாக, சிறந்த தாக்கத்தை ஏற்படுத்தக்கூடியதாக இருக்க வேண்டும். கவிதையை பாடுதல் என்பது பாடலின் வடிவமே. அரபு இலக்கிய மரபு என்பது முழுவதும் இதன் அறிகுறியை தான் குறிக்கிறது. இஸ்லாமுக்கு

முந்தைய அரபுக்கவிதை குறித்து ஆராய்ந்த அதோனிஸ் ஆரம்ப காலகட்டத்தில் பாடலே கவிதையின் முன்னணி வடிவமாக இருந்திருக்கிறது என்றார். மேலும் நபியின் தோழரான ஹஸ்ஸான் இப்னு தாபித் பின்வருமாறு குறிப்பிடுகிறார்.

> "நீ கோர்க்கும் ஒவ்வொரு கவிதையையும் பாடு
> அந்த பாடல் கவிதையின் எல்லையாகிறது"

மேற்கண்ட உதாரணங்கள் இஸ்லாமுக்கு முந்தைய அரபுக் கவிதைக்கும் பாடலுக்கும் இடையே உள்ள உயிர்த்தொடர்பை குறிக்கின்றன. இவை ஆரம்பகால அரபுகள் கவிதைகளை பாடலாக பார்க்கப்பட்ட விதத்தை குறிக்கின்றன. ஆக கவிதை மனம் என்பது பாடலை பாடும் குரலின் லயத்தோடு ஒத்துப்போனது. அதன் ரீங்காரத்தோடும், அளவையோடும் இயைந்தது. அதோனிஸின் ஆரம்பகால கவிதைகள் குறித்த இந்த ஆய்வுகள் சிறந்த முன்மாதிரியை உருவாக்குகின்றன. புகழ்பெற்ற இஸ்லாமிய வரலாற்றாசிரியரான இப்னு கல்தூன் பின்வருமாறு குறிப்பிட்டார்.

> "முந்தைய காலத்தில் பாடுதல் என்பது இலக்கிய கலை வகைமையின் ஒரு வடிவமாக பார்க்கப்பட்டது. காரணம் அது கவிதையை சார்ந்து இருந்தது. கவிதையை வடிவமைத்தல் என்பது இசையாக பரிணமித்தது. அப்பாஸிய அரசின் இலக்கிய மற்றும் அறிவுஜீவி வகுப்பினர் எல்லாம் இதனுள் ஆக்கிரமிக்கப்பட்டு கவிதை நடை பற்றிய அறிவுத்தேடலும், கவிதையின் வகைமை குறித்த புரிதலை நோக்கியும் தங்களை செலுத்தினார்கள்."

ஆக இஸ்லாமுக்கு முந்தைய கவிதையின் மூலமாக பாடலும் அது சார்ந்த குரலிசையும் இருந்திருக்கிறது. அந்த குரல் மிக வலுவாக ஒலிக்கும் நிலையில் அவனுக்கு கவிஞனுக்கான அங்கீகாரம் கிடைக்கிறது. அவர்கள் வேறொரு வடிவத்தில் சிறந்த வரலாற்றாசிரியர்களாகவும் விளங்கினர். தங்களின் முந்தைய வரலாற்றை கவிதையாக பாடுவது அவர்களின் மரபாக இருந்தது. இந்நிலையில் இஸ்லாமுக்கு முந்தைய புகழ்பெற்ற அரபு கவிஞராக அறியப்பட்டவர் அல் அஹ்ஸா. இவர் அரபுகளின் கைத்தளம் என்று அழைக்கப்பட்டார். இவரின் கவிதை இசைநயத்தோடும், அதன் லயத்தோடும் இயைந்திருந்தது. அதன் ராகம், தாளம், லயனம் போன்றவற்றோடு இவரின் கவிதைகள் ஒருங்கிணைந்தன. குரலை நீட்டி தன் வார்த்தைகளை எழுதிக்கொண்டதன் மூலம் ஆரம்பகால அரபு கவிதை ரசிகர்கள் மத்தியில் பெருங்கவனத்தைப்பெற்றார்.

ஆரம்பகால அரபு கவிதைகளை அதோனிஸ் ஆராய்ந்ததன் மூலம் அதன் வேர்க்கிளைகள் குறித்தும் பெரும் எத்தனிப்பை செலுத்தினார். இதில் கவனிக்க வேண்டிய விஷயம் என்பது அரபுகளின் வாய்வழி கவிதை என்பது மரபையும், அதன் ஒழுங்கார்ந்த வடிவமைப்பையும் கொண்டிருந்தது. இது அரபுகள் மற்றும் அரபுகள் அல்லாதவர்களுக்குமான உறவுநிலையை குறித்தது. அவர்களின் சமூக மற்றும் கலாசார உறவு முறைகள் ஆகியவற்றின் உறவாடலையும் வெளிப்படுத்தியது. குறிப்பாக சுமேரிய மற்றும் மெசபடோமிய கலாசாரத்துடன் இவர்களின் உறவு குறிப்பிடத்தக்கது. இது பற்றி எகிப்திய சிந்தனையாளர் தாஹா உசேன் பின்வருமாறு குறிப்பிடுகிறார்.

"தூய அரபு கலாசாரம் என்பது குர்ஆனுடனும், மத அறிவியலுடனும் சம்பந்தப்பட்டது. மேலும் இதனோடு தொடர்புடைய கவிதை, இலக்கணம் மற்றும் சொல்லியல் போன்றவற்றுடன் அது நீள்கிறது. கிரேக்க கலாசாரம் மருத்துவம் மற்றும் தத்துவம் ஆகியவற்றுடன் தொடர்பு கொண்டிருக்கிறது. மேலும் ஓரியண்டல் கலாசாரம் பாரசீகத்தோடும், இந்தியாவோடும், ஈராக்கின் செமிடிக் மக்களோடும் தொடர்பு கொண்டிருக்கிறது."

அதோனிஸின் படைப்பு வாழ்க்கையில் முக்கிய கூறு என்பது அவரின் அரபு மொழி குறித்த தோற்ற ஆய்வு தான். அரபு மொழியின் வேர்களை கண்டறிதல் மற்றும் அதன் தோற்ற, பரிணாம வளர்ச்சி குறித்தும் அதிகம் ஆராய்ந்தார். அரபு மொழியின் நுண்மை, அதன் உச்சரிப்பு துல்லியம் மற்றும் சூழல் சார்ந்த அர்த்தப்பாடு ஆகிய கூறுகள் குறித்து விரிவாக ஆராய்ந்தார். அதன் வேர்கள் எங்கிருந்து தொடங்குகின்றன என்பதும் அவரின் ஆய்வில் முக்கிய அம்சமாக இருந்தது. மேலும் அரபி மொழிக்கு முறைப்படியான இலக்கணத்தை அமைத்தவர் அபுல் அஸ்வத் அல் துஆலி. ஏழாம் நூற்றாண்டை சேர்ந்தவரான இவர் அரபு மொழியை அடுத்த கட்டத்திற்கும், அதன் எழுத்துரு உருவாவதற்கும் மிகுந்த பங்களிப்பை செலுத்தினார். அவரின் சிறந்த தொடக்கம் தான் அரபு மொழியின் பரிணாமத்தன்மைக்கு காரணமாக இருக்கிறது என்பதில் சந்தேகமில்லை.

அதோனிஸின் அரபுக்கவிதையியல் மற்றும் சிந்தனை மூன்றுவித காரணிகளை அடிப்படையாகக் கொண்டது. ஒன்று அரபு இலக்கிய விமர்சனம். இரண்டாவது அரபு இஸ்லாமிய மொழியியல் மற்றும் மத அறிவியலின் தோற்றம் குறித்த அறிவுத்தேடலை நிகழ்த்துவது...

மூன்றாவதாக முழுக்கவும் தத்துவ முறைமை. இந்த மூன்றும் அதோனிஸின் அரபுக்கவிதையியல் பற்றிய ஆய்வில் இடம்பெற்றன. இந்த அடிப்படைகளுடன் அதோனிஸ் கவிதை பற்றிய தன் ஆய்வு எல்லையை விரிவுபடுத்தினார். அதோனிஸின் கவிதை அரபு சமூகத்தின் அல்லது சிரியா மற்றும் லெபனானின் போர்ச்சூழலை பிரதிபலிப்பவை. அதன் தாக்கத்திலிருந்து மீட்டுருவாக்கம் செய்பவை. போர் சார்ந்த வெளியின் பிரக்ஞைபூர்வ தளத்தில் பயணிப்பவை. மேலும் அதோனிஸ் இந்த படிமங்கள் மற்றும் குறியீடுகள் இவை சார்ந்த கவிதைகளை தொடர்ந்து எழுதினார். அவை அதிகார மட்டத்தில் மிகுந்த அதிர்வை ஏற்படுத்தின.

அரபு கவிதை உலகில் அதோனிஸ் சிறந்த ஆளுமையாக திகழ்கிறார். வேறு வார்த்தைகளில் சொன்னால் அதோனிஸ் தான் அரபுக் கவிதையின் முன்னோடி. அவரின் எழுத்துக்கள் பல தருணங்களில் சிரியாவின் ஆளும் வர்க்கத்திற்கு மிகப்பெரும் சவாலாக இருந்தன. அதோனிஸை பொறுத்தவரை அரபுக்கவிதைகள் என்பது ஒற்றைத்தன்மை கொண்டதல்ல. மாறாக சுயமுரண்பாட்டுடன் கூடிய பன்முகதளத்திலானது. அதே நேரத்தில் புரட்சிகரமானதும் கூட. இதனடிப்படையில் அரபு வெளியில் அதோனிஸ் தொடர்ந்து பயணிக்கிறார். அதிகார வர்க்கத்தை கேள்விக்குட்படுத்தும் அதோனிஸ் 2011ல் சிரியா அதிபர் பஷருல் ஆசாத் பதவி விலக வேண்டும் என்றார். இதனை தொடர்ந்து வலியுறுத்தினார். மேலும் பல சர்வதேச விருதுகளை பெற்றிருக்கிறார். நோபல் பரிசின் தேர்வு பட்டியலில் இவரும் இடம்பெற்றிருந்தார். இயல்பான நோபல் அரசியல் காரணமாக இவருக்கான வாய்ப்பு கடைசி நேரத்தில் பறிபோனது. இவரின் படைப்புகள் ஆங்கிலத்தில் மொழிபெயர்க்கப்பட்டுள்ளன. மேலும் தொடர்ந்து மொழிபெயர்க்கப்பட்டு வருகின்றன.

தேர்ந்தெடுத்த படைப்புகள்

- Dalila, 1950
- Qalat alard, 1952
- Qasaid ula, 1957
- Idha qulta ya Suriyya, 1958
- Awraq fi al-rih, 1958
- Aghani Mihyar al-Dimashqi, 1961
- ed.: Diwan al-shi'r al-'arabi, 1964-68
- Waqt bayn al-ramad wa al-ward, 1970

- Qabr min ajl New York, 1971
- Muqaddimah li-al-sh'r al-'Arabi, 1971
- The Blood of Adonis, 1971 (trans. by S. Hazo) Zaman al Shi'r, 1972
- Al-Thabit wa 'l-mutahawwil, 1974
- Mufrad fi sighat al-jam, 1975
- Mirrors, 1976
- Fatihah li-nihayat al-qarn, 1980
- Kitab al-qasa'id al-khams, 1980
- Transformations of the Lover, 1983
- Victims of a Map, 1984 (trans. by A. al-Udhari)
- Shahwah tataqaddam di khara'it al-maddah, 1987
- Ihtifa' bi-al-ashya' al-wadihah al-ghamidah, 1988
- Kalam al-bayidat, 1989
- Siyasat al-shir, 1992
- Al-Nizam wa-al-kalam, 1993
- Ha anta, ayyuha alwaqt, 1993
- Abjadiyyah thaniyyah, 1994
- If Only the Sea Could Sleep (trans. by Susan Einbinder); The Pages of Day and Night, 1994 (trans. by Samuel Hazo)
- Amitié, temps et lumière, 2002 (with Dimitri T. Analis)
- An Introduction to Arab Poetics. (trans. Catherine Cobham .) Saqi Books London, 1990.
- "Language, Culture, Reality." The View From Within: Writers and Critics on Contemporary Arabic Literature: A Selection from Alif Journal of Contemporary Poetics ed. Ferial J. Ghazoul and Barbara Harlow. The American University in Cairo Press, 1994.
- Sufism and Surrealism. (trans.) Saqi Books: London, 2005.
- Transformations of the Lover. (trans. Samuel Hazo.) International Poetry Series, Volume7. Ohio University Press: Athens, Ohio, 1982.
- Victims of A Map: A Bilingual Anthology of Arabic Poetry.(trans. .) Saqi Books: London, 1984. A Time Between Ashes and Roses (trans.

மொழியின் வாழ்க்கை
அதோனிஸுடன் ஒரு நேர்காணல்

கேள்வி: எப்படி எப்பொழுது உங்களை நீங்கள் அதோனிஸ் என்று அழைக்கத்தொடங்கினீர்கள்?

அதோனிஸ்: எனக்கு 15 வயது இருக்கும் பொழுது நான் கவிதை, கட்டுரை என பத்திரிகைகளுக்கு எழுதி அனுப்புவேன். அது என்னுடைய இயல்பான, மற்றும் சாதாரண பெயரில் இருக்கும். ஆனால் எந்த பத்திரிகையும் அதை பிரசுரிக்காது. எனக்கு இது அதிர்ச்சியாக இருந்தது. காரணம் அந்த எழுத்துக்கள் சிறந்தவை என்பதன் மீது எனக்கு மிகுந்த நம்பிக்கை இருந்தது. இது குறித்து ஆழமாக சிந்திக்கத் தொடங்கினேன். சோகத்துடன் தொடர்ந்து வாசிக்க ஆரம்பித்தேன். அப்போது அதோனிஸ் பற்றிய தொன்மம் எனக்கு அதிர்வாக இருந்தது. அதோனிஸ் வீனஸால் கவரப்பட்டு ஒருநாள் வேட்டைக்கு சென்றார். அப்போது காட்டுப்பன்றியால் விழுங்கப்பட்டு அவரின் இரத்தம் வழிந்தோடி ஆறாக மாறியது. இதனால் அந்த ஆற்றிற்கு அதோனிஸ் என்ற பெயர் வழக்கில் இருந்தது. அந்த ஆறு லெபனானில் தற்போது இருக்கிறது. சமீபத்தில் பெயர் மாற்றம் செய்யப்பட்டது. அந்த பெயரில் ஒரு நாள் நான் என்னுடைய படைப்பு ஒன்றிற்கு கையெழுத்திட்டு பத்திரிகைக்கு அனுப்பினேன். அப்போது அது எதிர்பாராத வகையில் பிரசுரமானது. மீண்டும் மற்றொரு படைப்பை மற்றொரு பத்திரிகைக்கு அனுப்பினேன். முன்பு பிரசுரிக்கப்படாத ஒன்று அப்போது பிரசுரிக்கப்பட்டது. அப்போது ஒரு நாள் யார் இந்த அதோனிஸ்? நேரில் வரவும் என்று கேட்டு அந்த பத்திரிகையில் இருந்து அழைப்பு வந்தது. அதன் பேரில் அங்கு சென்றேன். பின்னர் அந்த பத்திரிகையின் ஆசிரியர் முன் எழுந்து நின்று நான் தான் அதோனிஸ் என்றேன். அவர் அதிர்ச்சியுடன் பார்த்தார். காரணம் நான் சிறுவனாக இருந்தேன்.

கேள்வி: உங்களின் இளமைக்காலத்தில் யார் உங்களை அதிகம் பாதித்தார்கள்? யார் தற்போதும் தொடர்ந்து உங்களை பாதிக்கிறார்கள்.?

அதோனிஸ்: எனக்கு இஸ்லாமுக்கு முந்தைய செவ்வியல் அரபுக்கவிதைகளை பிடிக்கும். மேலும் அப்பாஸிய காலத்தில் பாக்தாதில் எழுதப்பட்ட கவிதைகளில் எனக்கு ஆர்வமுண்டு. அதாவது எட்டாம், ஒன்பதாம் மற்றும் பத்தாம் நூற்றாண்டில் எழுதப்பட்ட கவிதைகள் மீது அதிக ஆர்வமுண்டு. குறிப்பாக அபு நிவாஸ், அபு தம்மாம், அபுல் ஆலா அல் மாரி போன்றோர்களின் கவிதைகளை அதிகம் படிப்பதுண்டு. இப்போதும் அதையே செய்து வருகிறேன். மேலும் அநுபூத சூபி கவிதைகளையும் அதிகம் படிக்கிறேன். குறிப்பாக அன்னாநபாரி மற்றும் பிறரின் கவிதைகள். மேலும் நான் என் மரபை ஹெராலிக்டஸின் வரிகளோடு இணைத்துக்கொள்கிறேன். அதாவது "ஒருவர் ஆற்றை இருமுறை கடக்க முடியாது" பெரும்பாலும் எல்லா கவிஞர்களும் இந்த வரியை பின்பற்றுகிறார்கள். அதை நான் கவிதை குடும்பத்தின் பகுதியாக பார்க்கிறேன். அங்கு நிறையபேர் இருக்கிறார்கள்.

கேள்வி: நீங்கள் 1950 ல் லெபனானில் தொடங்கிய சிர் என்ற கவிதை இதழிலிருந்து ஒரு மேற்கோளை காண்கிறேன். அதாவது "எங்கள் இயக்கம் அரசியலோ அல்லது கருத்தியலோ அல்ல. மாறாக இது முழுக்க கவிதைக்காக அர்ப்பணிக்கப்பட்டுள்ளது. அரசியல் மற்றும் கருத்தியல் முரண்பாட்டை கவிதைக்கான வெளியில் இடமாற்றம் செய்வது உண்மையில் வருந்தத்தக்கது மற்றும் கவிதைக்கான நிகழ்வை சேதப்படுத்துவதாகும். உண்மையில் கவிதைக்கான நிபந்தனை என்பது அ-அரசியலாக இருக்க வேண்டும் என்பது தானா?

அதோனிஸ்: இது நீங்கள் அரசியலுக்கு கொடுக்கும் அர்த்தத்தை பொறுத்தது. அரசியல் என்று நான் பொருள் கொள்வது அது கருத்தியல் சார்பானது. அந்த கருத்தியலின் முரண்பாடு. இது ஒருவிதமான விளக்கம். இந்த விளக்கத்திற்கு நான் எதிராக இருக்கிறேன். அநேகமாக எல்லா கவிஞர்களும் அரசியல் பற்றிய இந்த பார்வையை தங்கள் கவிதைகளின் மீது திணிக்கிறார்கள். அது எவ்விதமான ஆக்கபூர்வ வேலைகளையும் செய்யாது. இதன் மூலம் கவிதை என்பது வெளிப்பாடு என்பதை விட புகழ்வதற்கு, விமர்சிப்பதற்கு, தாக்குவதற்கு சிறந்த கருவியாக மாறுகிறது. கலை ஒரு கருவியாக மாறும்போது அது உண்மையில் முடிகிறது. அது தன்னைத்தானே நிந்திக்கிறது. எனக்கு அரசியல் பற்றிய பல

விளக்கங்கள் இருக்கின்றன. அது கருத்தியலுக்கு அப்பாற்பட்ட நிலையில் நகரத்தை கட்டமைக்கிறது. சமூகத்தை கட்டமைக்கிறது. மனிதனை கட்டமைக்கிறது. இந்த அடிப்படையில் ஒவ்வொன்றுமே அரசியலாகிறது. காதல் கூட. இவ்வகையில் எல்லா கவிதைகளும் அரசியல் தான். என் கவிதைகள் உட்பட.

கேள்வி: நீங்கள் நாடுகடத்தப்பட்ட கவிஞர்கள் பகுதியின் பெரும் மரபாக இருக்கிறீர்கள். அப்படியானவர்கள் கவிதைக்கு பெரும் பங்களிப்பை செலுத்த முடியும் என்று நினைக்கிறீர்களா? உண்மையில் வீடு பற்றிய ஆழ்ந்த விருப்பமும், கற்பனையும் கவிதைக்கான நிபந்தனையாக இருக்க முடியுமா?

அதோனிஸ்: நாடுகடத்தப்படல் குறித்து எனக்கு பலவித கருத்துக்கள் இருக்கின்றன. அது புவிசார்ந்த நாடுகடத்தல் குறித்ததாகும். என் சொந்த புரிதல் வித்தியாசமானது. நான் நாடுகடத்தலை புறவயமான ஒன்றை விட அகவய அனுபவமாக காண்கிறேன். இதில் புறவயம் என்பது ஏறக்குறைய கவிஞர்களின் அனுபவம் சார்ந்தது. நான் ஒரு எதார்த்த கவிஞர் நாடுகடத்தலின் அகவய உணர்வை பெற்றிருப்பார் என்றோ அல்லது அவர் மொழியோடு தொடர்பு கொண்டிருப்பார் என்றோ நம்பவில்லை. காரணம் நாடுகடத்தப்பட்டவர் மற்றும் தாய்நாட்டைக் கொண்டவர் இருவருக்குமே மொழி சொந்தமாக இருக்கிறது. தாய்நாட்டைக்கொண்டவர் கவிதையை உண்மையாக அதற்குள் கண்டுபிடிக்கிறார். நாடுகடத்தப்பட்ட நிலையில் அத்தியாவசமாக, மாறமுடியாத நிலையில் மொழியானது அவனது தேவையை குறிப்பிட தவறுகிறது.

கேள்வி: நீங்கள் நீண்டகாலமாக சூபிசம் மீது ஆர்வமாக இருக்கிறீர்கள். அது உங்களின் கவிதைகளிலும் வெளிப்படுகிறது. உங்கள் நூலான Sufism and Surrealismத்திலும் இரண்டிற்குமான உறவு வெளிப்படுகிறது. நீங்கள் எப்படி மற்றும் எப்போது முதல் இதில் ஆர்வம் கொள்ளத்தொடங்குனீர்கள் என்று சொல்ல முடியுமா?

அதோனிஸ்: நான் நாடுகடத்தப்பட்ட தருணத்தில் அநுபூத நிலைக்கும், எதார்த்த நிலைக்குமான வேறுபாடு, வெளிப்படையாக தெரியும் எதார்த்தம் மற்றும் தொடர்ந்து மாறிவரும் எதார்த்தம் மற்றும் மறையும் ஒன்று ஆகியவை குறித்து அறிந்து இருந்தேன். தொடர்ந்து மாறிவரும், வெளிப்படையான, இயங்குநிலையான மறைபொருள் ஒன்றை அறிவதற்கு இந்த அநுபூத நிலை எனக்கு உதவுகிறது. இது மனிதனை போன்றது. வெளிப்படையாக அவனின்

அல்லது அவளின் முகம், உடல் மற்றும் அதன் அசைவுகளை போன்றது. ஆனால் இதற்கு பின்னால் ஆச்சரியமான எதார்த்தம் என்பது ஆழமானது. வளமானது மற்றும் அறியப்படாத ஒன்றால் நிரப்பப்பட்டது. ஆக தெரிவதற்கும், மறைபொருளுக்குமான இயக்கம் என்பது நாடுகடத்தலின் வடிவம் சார்ந்தது. காரணம் இது மறைபொருளை தேடுகிறது. நீங்கள் நாடுகடத்தலின் மீது திணிக்கப்படும் போது உங்களுக்கு வித்தியாசமான எதார்த்தம் புரிகிறது. இவ்வகையில் சூபிசம் எனக்கு அறியப்படாத உலகம் குறித்த விழிப்பை ஏற்படுத்தியது. அந்த உலகம் இன்னும் அறியப்படாமல் இருக்கிறது.

கேள்வி: நீங்கள் இளம்வயதிலேயே சிரியாவை விட்டு வெளியேறினீர்கள். அங்கு எப்படி உங்கள் செயல்முறையை வெளிப்படுத்தினீர்கள்?

அதோனிஸ்: நான் 1956ல் சிரியாவை விட்டு வெளியேறினேன். நான் அனுபவித்த எல்லா ஒடுக்குமுறை வடிவங்களையும் எதிர்த்தேன். துரதிஷ்டவசமாக இந்த ஒடுக்குமுறையை எல்லா பிரதேசங்களும் விதிவிலக்கின்றி செய்தன. மேலும் எல்லா பகுதிகளும் மாற வேண்டும். சிரியா உட்பட. சிரியா மற்றும் பிற பகுதிகளில் உண்மையில் என்ன நிகழ்ந்தது என்பது குறித்து எனக்கு ஆச்சரியம் ஏதும் இல்லை. மேலும் எனக்கு வன்முறையான எதிர்ப்பு குறித்தே ஆச்சரியம் இருக்கிறது. மேலும் அந்நிய தலையீடு குறித்தும் எனக்கு மாற்றுக்கருத்து உண்டு. இவை இரண்டும் மாற வேண்டும். வன்முறையான ஆயுதங்களுக்கு பதிலாக அதே விஷயத்தை

கையில் எடுப்பது பிரச்சினையை கட்டுப்படுத்தாது. நிலைமையை இன்னும் மோசமாக்கும். நான் சிரியா மற்றும் பிற பகுதி மக்களை கேட்டுக்கொள்வது நீங்கள் வன்முறைக்கு பதிலாக தெருக்களில் காந்தியையும், மண்டேலாவையும் கொண்டு வாருங்கள். நீங்கள் என்னை வார்த்தைகளால் அறிவுறுத்த முடியாவிட்டால் எப்படி ஆயுதங்களால் அறிவுறுத்த முடியும்?

கேள்வி: அப்படியான எழுச்சியின் போது கவிஞர்களின் பங்கு என்ன? கவிஞர்களுக்கு உண்மையில் அப்படியான பங்கு ஏதாவது இருக்கிறதா?

அதோனிஸ்: என் கருத்துப்படி கவிஞர்கள் சுதந்திரத்தை ஆதரிப்பவர்களாகவும், வன்முறையை எதிர்ப்பவர்களாகவும் இருக்க வேண்டும். ஆனால் இது கலைத்தன்மையோடு பொருந்தும் என்று நான் நம்பவில்லை. காரணம் நாம் நேரடியான வழியில் இதனை பயன்படுத்தினால் கலை என்பது மீண்டும் ஒரு கருவியாக மாறி விடும். கவிதை நேரடியாக இருக்க முடியாது. அது புகழ்வதற்காக அல்லது வசைமொழிவதற்காக அல்லது விமர்சிப்பதற்காக அல்ல. கவிஞன் எதார்த்தத்தை புரிந்து கொள்வதற்காக விலகி நிற்பது அவசியமாகிறது. அதன் மூலம் உண்மையின் ஆழத்தை வெளிப்படுத்த வேண்டும். அது நிகழும் போது விலகல் அவசியமாகிறது. அது நேரடி உறவாக இருக்க முடியாது.

காத்திருந்த மரணத்தின் கால இடைவெளியில் - மஹ்மூத் தர்வீஷ் - இரு நூற்றாண்டு பாலஸ்தீன் கவிஞனின் நினைவு குறிப்புகள்

"என் உயிரிடத்தில் நான் சொல்வேன். மெதுவாக செல்லவும். நான் குடிக்கும் கண்ணாடி டம்ளர் உலரட்டும். நான் என்னவாக இருக்கிறேன் அல்லது யாராக என்பதில் எனக்கு எந்த பங்குமில்லை. ஒரு வாய்ப்பின் பிறப்பு தவிர. இதற்கு எந்த பெயருமில்லை. என் மரணத்தின் பத்து நிமிடங்கள் முன்பாக டாக்டரை அழைக்கிறேன். பத்து நிமிடங்கள் வாழ்வதற்கான வாய்ப்பு போதும்."

மரணப்படுக்கையின் இறுதியில் மேற்கண்ட வரிகள் பாலஸ்தீனின் நூற்றாண்டுகளை கடந்து நிற்கும் கவிஞர் மஹ்மூத் தர்வீஷ் புனைந்து சென்றவை. தன் இறுதி கட்டத்தில் வாசக சமூகத்தின் மீது கவிதை வரிகளோடு செல்லும் வாய்ப்பு சிலருக்கே மட்டுமே கிடைக்கிறது. அது அவனுக்கான வித்தியாச அனுபவம் கூட. படைப்பு மனத்தின் நெருடிய இடைவெளியில் விகசங்களின் வெளிப்பாடாக இவை அமைகின்றன. அரபு இலக்கிய வெளியில் அந்த விகசங்களை கவிதைகளாக அதிக அளவில் வெளிப்படுத்தியவர் மஹ்மூத் தர்வீஷ். அவரின் கவிதைகள் எல்லா தருணங்களிலும் மரணப்பெருவெளியில், வாழ்விலிருந்து அந்நியமாக்கலுக்கு பணிக்கப்பட்ட, அனாமதேய சூழலின் விளைபொருளாக எழுந்தவையே.

பாலஸ்தீனை கவிதைகள் வழியாக உலகின் கவனத்திற்கு முன்வைத்தவர் மஹ்மூத் தர்வீஷ். ஒரு நெருக்கடியான, போர்ச்சூழலின், இஸ்ரேலிய உருவாக்கத்தின் சற்று பிந்தைய கட்டத்தில் அன்றைய பாலஸ்தீன் கிராமமான அல்பிர்வாவில் (தற்போது இஸ்ரேல் பகுதி) 1941 மார்ச் 13ல் மஹ்மூத் தர்வீஷ் பிறந்தார். இவர் பிறந்த கட்டம் இஸ்ரேலிய ஆக்கிரமிப்பு துவக்கத்தின் சாரலாக இருந்தது. தனிமனித உழைப்பும், அதனோடு

கூடிய முனைப்பும் நிச்சயமற்ற வாழ்க்கை சூழலில் ஒரு மனிதனை எவ்வாறு சர்வதேச கவனத்திற்கு உட்படுத்த முடியும் என்பதற்கு தர்வீஷ் விசனகரமான உதாரணமாக இருந்தார். அவரின் ஏழாவது வயதில் குடும்பம் இஸ்ரேலின் ஆக்கிரமிப்பு காரணமாக லெபனானுக்கு புலம்பெயர நேர்ந்தது. இஸ்ரேலிய ராணுவ தாக்குதல் காரணமாக இளமைக்காலத்திலேயே தன் கண் முன்பாக தன் சொந்த கிராமத்தின் அழிவை பார்க்க நேர்ந்தது. பிந்தைய கட்டத்தில் பிறந்த கிராமத்தின் இருப்பிலிருந்து அந்நியமானார். அவரின் மொழியும், பரந்த வாசகர் வட்டமும் மட்டுமே இதிலிருந்து தப்பியது. இவரின் கவிதைக்கான தொடக்கம் 1950ல் ஆரம்பமாகிறது. ஒரு கவிதை அதன் வாசிப்பு உள்ளோட்டத்தில் தீவிர அதிர்வை எவ்வாறு உருவாக்க முடியும் என்பதற்கு தர்வீஷின் கவிதை உதாரணமாக இருந்தது. அந்த அதிர்வுகள் கவிதை பிரதிகளில் விரவிக் கிடந்தன. பாலஸ்தீன் மற்றும் அரபு அடையாள அரசியலை கவிதை வெளிப்படுத்தியதால் இஸ்ரேலின் மிரட்டலுக்கும், ஒடுக்குமுறைக்கும் ஆளானார்.

தர்வீஷின் ஆரம்ப கல்வி சொந்த கிராமத்தின் பக்கத்தில் நடந்தது. அதன் பிறகு மேல்நிலை கல்வியை தர்வீஷ் கப்ர் யஸீப் கிராமத்தில் முடித்தார். முதல் தொகுப்பு தர்வீஷின் பத்தொன்பதாவது வயதில் Wingless birds (asafir bila ajniha) என்ற பெயரில் 1960ல் வெளிவந்தது. இது பாலஸ்தீன் மற்றும் இஸ்ரேலிய எழுத்துலகில் பரவலாக கவனம் குறித்தது. இதன் தொடர்ச்சியில் 1964ல் இவரின் அடுத்த தொகுதியாக Leaves Of Olives (Awraq al zaytun) வெளிவந்தது. இஸ்ரேலிய அரச பயங்கரவாதத்தின் பிரதிபலிப்பு காரணமாக பெரும் மக்கள் திரளின் இடப்பெயர்வை இலை உதிர்வின் ஒப்பீடாக அத்தொகுப்பிலுள்ள கவிதைகள் மொழிப்படுத்தின. இக்காலகட்டத்தில் தர்வீஷ் இஸ்ரேலிய கம்யூனிஸ்ட் கட்சியான ரகாவில் இணைந்தார். அதன் பத்திரிகை ஆசிரியராகவும் சில காலம் பணியாற்றினார். அப்போதைய இஸ்ரேலிய கம்யூனிஸ்ட் கட்சியானது அரச ஆக்கிரமிப்பை கடுமையாக எதிர்த்தது. இந்த நிலைப்பாட்டிற்கு தர்வீஷ் பெரும் தூண்டலாக இருந்தார். குறிப்பிட்ட காலத்திற்கு பின் தர்வீஷ் கம்யூனிஸ்ட் கட்சியை விட்டு விலகினார். பின்னர் 1970ல் மேற்படிப்புக்காக சோவியத் ரஷ்யா சென்றார். சோவியத்திலிருந்து திரும்பிய பின்னர் கெய்ரோவில் குடியேறிய தர்வீஷ் தன் படைப்புகளை புதிய சாத்தியப்பாடுகளை நோக்கி நகர்த்தினார். முன்னை விட அதி உற்சாகமான மனநிலையில் கவிதைகளை முன்னகர்த்தினார். இடைக்கட்டத்தில் அரசுகளால் தன் எழுத்துகளுக்காக சிறைத்தண்டனையை அனுபவிக்க நேர்ந்தது. இந்த கட்டத்தில் தர்வீஷ் தன் அரசியல் வெற்றிடத்தை நிரப்புவதற்காக

பாலஸ்தீன் விடுதலை இயக்கத்தில் இணைந்தார். யாசர் அரபாத் தலைமையிலான அந்த இயக்கத்தின் பெரும் மூளையாக தர்வீஷ் செயல்பட்டார். எட்வர்ட் செய்த்துடன் இணைந்து அந்த இயக்கத்தில் பணியாற்றிய மஹ்மூத் தர்வீஷ் 1993ல் ஒஸ்லோ ஒப்பந்தம் காரணமாக கருத்து வேறுபாடு ஏற்பட்டு அதிலிருந்து விலகினார். இதைப்பற்றி பிந்தைய கட்டத்தில் குறிப்பிடும்போது "நான் தவறானவனாக நம்புகிறேன். மேலும் சரியாக இருக்கிறேன் என்ற சோகமும் உண்டு". எகிப்தின் பிரபலமான அல் அஹ்ரம் பத்திரிகையில் சில காலம் தர்வீஷ் பணியாற்றினார். இந்த பத்திரிகை அனுபவம் தர்வீஷுக்கு வெகுவான இதழியல் அனுபவத்தை கொடுத்தது. தர்வீஷுக்கு அரபுலகில் வெகுவான கவனப்படுத்தலை ஏற்படுத்தியது அடையாள அட்டை கவிதையாகும்.

பதிவு செய்
நான் ஓர் அரேபியன்
என் அடையாள அட்டை எண் ஐம்பதாயிரம்
எனக்கு குழந்தைகள் எட்டு
ஒன்பதாவது, கோடை விடுமுறைக்கு பின் வரும்
உனக்கு கோபமா?

அதிகார திணிப்புக்கு எதிரான சுய அறிமுகமும், கொதிநிலையான மனமும் இதில் வெளிப்படுகிறது. அக்காலகட்டத்தில் ஆப்ரிக்க அனுபவத்தை ஒத்த ஒன்றாக இக்கவிதை இருந்தது.

தர்வீஷின் வாழ்க்கை புற நெருக்கடிகள் காரணமாக நாடோடியின் வாழ்க்கைச்சூழலை பிரதிபலித்தது. பெய்ரூட், அம்மான், கெய்ரோ, மற்றும் பாரிஸ் என்ற வட்டத்தின் விளிம்பை தொட்டு கொண்ட ஒன்றாக அவரின் வாழ்க்கை சுழன்று கொண்டிருந்தது. அவரின் சொந்த கிராமத்தை இடப்பெயர்வு நெருங்கிய போதும் அவரால் அங்கு குடியேற இயலவில்லை. ஆக்கிரமிப்பு சமூகத்தின் நெருக்கடி அவரை வெகுதூரத்திற்கு இழுத்து சென்றது. இதன் ஒரு கட்டம் சுழற்சி முடிவு பெறாத தருணத்தில் தர்வீஷிடமிருந்து பின்வரும் கவிதை வெளிப்பட்டது.

"எனக்கு போதுமான வயதில்லை
என் முடிவை ஆரம்பம் நோக்கி இழுப்பதற்கு"

தர்வீஷ் தன் கவிதைகள் மூலம் இஸ்ரேலுக்கு பெரும்சவாலாகவே இருந்தார். இஸ்ரேலின் பள்ளி, கல்லூரி பாடத்திட்டத்தில் இவரின் கவிதைகளை சேர்ப்பதற்கு இஸ்ரேலிய கல்வி அமைச்சர் முடிவு செய்தபோது இஸ்ரேலிய பிரதமரின் எதிர்ப்பு காரணமாக அந்த முயற்சி கைவிடப்பட்டது. கவிதைகள் அதன் உள்ளகத்தை தாண்டி மொழி அரசியல் கூறாக மத்திய கிழக்கு சமூகத்தில் பிரதிபலிக்கும் முறைக்கு தர்வீஷ் தான் முன்னோடி. அவரின் கடந்து போகும் வார்த்தைகளில் கடப்பவர்கள் என்ற கவிதை அரசியல் வெளியின் உன்னத நிலைக்கு பயணம் செய்யும் என்று அவர் நினைக்கவில்லை. அவரின் சிந்தனைக்கு மாறாக அக்கவிதை ஆற்று நீரோட்டமாக நீண்ட தூரம் கடந்து சென்றது. தர்வீஷின் அரபு மொழியுடனான உறவு மற்றவர்கள் மத்தியில் இருந்து தனித்த ஒன்றாக இருந்தது. அரபு மொழியில் தன் கவிதைகள் வழி புதிய மொழி மண்டலத்தை உருவாக்கினார். அதில் புதிய ஆளுகையையும், ஏக்க உணர்வையும் அவரால் தோற்றுவிக்க முடிந்தது. இதன் காரணமாக அரபு இலக்கிய விமர்சகர்களால் "அரபு மொழியின் மீட்பாளர்" என்று அழைக்கப்பட்டார். தர்வீஷின் மொழி ஆழத்தோடு கூடிய சாதாரணமாகவும், அவர் மற்றும் சார்பானோரின் அக நெருக்கடிகளை வித்தியாசப்படுத்தி அதீதம் கலந்த கற்பனை வெளிக்குள் சலனித்த ஒன்றாகவும் இருந்தது. கவிதைகள் குறியீடுகள், உருவகங்கள், பிம்பங்கள் இவைகளை கவனமாக தேர்ந்தெடுத்த ஒன்றாக இருந்தன. அதற்குள் தீவிர கலைவேட்கையும், அரசியல் அறிவும், சாதாரண கவிதைகள் சொல்ல முடியாமல் தவிக்கிற கருதுகோளின் பொருண்மையும் வெளிப்படுகிறது. 2002 ஆம் ஆண்டு நடந்த இஸ்ரேலிய தாக்குதல் தருணத்தில் அவரிடமிருந்து பின்வரும் கவிதை வெளிவந்தது.

"மேகத்திடம் பெண் என் அன்பை உன்னால் மூடி விடு என்றாள்
என்னுடைய ஆடைகள் அவன் ரத்தத்தால் நனைகின்றன
மழையாக மாறாவிட்டால் மரமாக இரு
மரத்தின் வளமையோடு இருக்கிறேன்.
மரமாகாவிட்டால் கல்லாக இரு
அதன் ஈரப்பதத்தில் இருக்கிறேன்
கல்லாகாவிட்டால் பிறையாக இரு
என் அன்பின் கனவில்
பெண் தன் மகனின் பிணத்தின் மீது இவ்வாறு சொன்னாள்"

இதன் பின்னர் இஸ்ரேலின் முற்றுகை சமயத்தின் பின்வருமாறு குறிப்பிட்டார்.

"முற்றுகையின் போது காலம் வெளியாக மாறுகிறது
அது அதன் நிரந்தரத்தை கடினமாக்குகிறது.
முற்றுகையின் போது வெளி காலமாக மாறுகிறது
அது அதன் நேற்றையும் இன்றையும் தாமதப்படுத்துகிறது."

2002ல் இஸ்ரேலிய போர்ச்சூழலின் உக்கிரத்தை இந்த வரிகள் வெளிப்படுத்துகின்றன. தேர்ந்த கவிதைகளின் காட்சி பிரதியமைப்புகளால் மஹ்மூத் தர்வீஷ் ஓர் எதிர்நிலை கவிஞனாக அரபு மற்றும் மேற்குலகத்தால் அழைக்கப்பட்டார். தர்வீஷ் எப்போதுமே தான் யாராக, எப்படி, ஏதாக இருக்க வேண்டும் என்ற புற கருதுகோள்களை மறுப்பவராகவே இருந்தார். இதனால் சிலரின் கடும் விமர்சனத்தோடு உள்ளானார். அவரின் அநேக கவிதைகள் அரபு மனத்தின் ஒருங்கிணைந்த பகுதியாக இருந்தன. நான் தூய கவிதை வெளியை நோக்கி நகரும் போது பாலஸ்தீனியர்கள் என்னை நான் யார் என்ற பின்பகுதிக்கு போக சொல்கிறார்கள். என்னை நம்பும் வாசகர்களை நான் என்னோடு எடுத்து கொள்ளவே விழைகிறேன். இதை என் அனுபவம் எனக்கு கற்று தந்திருக்கிறது. நான் நேர்மையாக இருந்தால் என் நவீனத்தை நான் உருவாக்க முடியும். தன் படைப்பு வாழ்வை பற்றி நியூயார்க் டைம்ஸ் நேர்முகத்தில் இவ்வாறு குறிப்பிட்டார் மஹ்மூத் தர்வீஷ். எப்போதுமே தன் வாசகர்களோடும் தன்னை நேசிப்பவர்களிடத்திலும் பரஸ்பர உறவை கொண்டிருந்தார் தர்வீஷ்.

"நான் என்னை நானே தேடும் போது
அதில் மற்றவர்களை காண்கிறேன்.
மற்றவர்களை தேடும் போது

அதில் என் அந்நியப்பட்ட சுயத்தை மட்டுமே காண
முடிகிறது. ஆக நான் தனிமனிதனா- கூட்டமா?

தர்வீஷ் தன் உரையாடலை பரந்த வெளியாக விரிவுபடுத்தினார். அரபு, கனான், ஹிப்ரூ, அராமிக்,பாரசீக, ரோம, கிரேக்க, பிரஞ்சு, மற்றும் துருக்கிய கலாசாரங்களோடாக அந்த உரையாடல் அமைந்திருந்தது. மூன்று பெருமதங்களின் தொன்மங்களை அதிகம் உட்கிரகித்து கொண்டார். இவை அவருடையை கவிதைகளை பன்முக அடுக்கம் கொண்டதாகவும் வாசகர்கள் நான் மற்றும் மற்றவர்கள் என்ற பிரதியை முழுவதுமாக அறியாவிட்டால் புரியாத ஒன்றாகவும் மாற்றியது. தர்வீஷ் தன் கவிதைகளில் நான் மற்றும் பிற என்பவற்றின் இடைவெளியை அதிகம் கடக்க முயற்சித்தார். இதன் வழி அரபு மற்றும் பிற உலகம் முழுவதும் வாழ்வின் எல்லா ஓட்டங்கள் மற்றும் படிநிலைகள் சார்ந்த மனிதர்களை அதிகம் ஈர்த்து கொண்டார். மேலும் கவிதை சார்ந்த உரையாடலாக இருக்கிற சாரம்-உன்னதம் என்பவற்றிற்கு வெளியில் இவரின் கவிதை இருந்தது. மஹ்மூத் தர்வீஷ் தன் கவிதைகளுக்காக லெனின் விருது, தாமரை விருது, பிரான்சுஅரசின் விருது மற்றும் மொராக்கன் விருது போன்ற பல விருதுகளையும், பரிசுகளையும் பெற்றிருக்கிறார். இவரின் கவிதைகள் உலகின் 23 மொழிகளில் மொழிபெயர்க்கப்பட்டிருக்கின்றன.

மஹ்மூத் தர்வீஷ் எப்போதுமே தன் பறிக்கப்பட்ட நிலம் குறித்து அதிக கவலை கொண்டிருந்தார். அதன் தொடர்ச்சியான தாக்கம் அவரிடம் படைப்பு மனமாக பல வலிமைமிக்க கவிதைகளை உருவாக்கச்செய்தது. ஏன் நம் பிரச்சினை வரலாற்றில் எப்போதுமே நிலைத்துக்கொண்டிருக்கிறது. நாம் வரலாற்றில் நம் நிலத்திலிருந்து வெளியேற்றப்படுவோம் என்று அடிக்கடி சொல்லவைக்கப்படுகிறோம். இஸ்ரேலின் ஆக்கிரமிப்பிற்கு ஒரு முடிவே இல்லை போல் தோன்றுகிறது என்பது அவரின் பல நேர கருத்தாக இருந்தது. மேலும் தன் கவிதைகளால் உலகப்புகழ் பெற்றிருந்த போதும் தன்னை சில பாலஸ்தீன் போராளி இயக்கங்கள் அங்கீகரிக்கவில்லையே என்ற கவலை அவருக்கு இருந்தது. பயங்கரவாத மற்றும் வஹ்ஹாபிய சிந்தனை கொண்ட அமைப்புகள் எப்போதுமே இலக்கியத்தை ஏற்றுக்கொள்வதில்லை.

கவிதைகளோடு அரபு வாசகர்களிடத்தில் தொடர்ந்த உரையாடல் நடத்திய மஹ்மூத் தர்வீஷின் மரணம் என்னை மிகுந்த அதிர்வுக்குள்ளாக்கியது அவரின் மரணச் செய்தியை அறிந்த போது ஒரு வித நொடிப்போட்டத்தை அடைந்தேன்.

அமெரிக்காவின் டெக்ஸாஸ் மாகாண மருத்துவமனை ஒன்றில் நிகழ்ந்தது அவரின் மரணம். தாளாமை எனக்குள் தொடர்ச்சியற்று வந்து கொண்டிருந்தது. அவரின் பரவலான பல கவிதைகள் மற்றும் Adams of Two edens, Unfortunately it was paradise ஆகிய தொகுப்புகளால் அதிகம் ஈர்க்கப்பட்டவன். என்றைக்குமே படைப்பின் மீதான ஈடுபாடு படைப்பாளியின் உயிர்ப்பு மற்றும் மரணத்தோடு இணைந்திருப்பது இயல்பே. அது படைப்பின் மீதான உறவாடல் கூட. அரபு மற்றும் பாலஸ்தீன் கவிதை உலகில் மஹ்மூத் தர்வீஷ் தவிர்க்க இயலாத ஐகானாக இருந்தார். மேற்கத்திய விமர்சகர்கள் இவரை பாப்லோ நெருதா மற்றும் ராபர்ட் லோயலோடு ஒப்புமைப்படுத்தி மதிப்பீடு செய்தார்கள். அவர்களின் அளவுகோல்களிலிருந்து தப்பிக்க முடியாத மனிதராகவே இறுதிவரை தர்வீஷ் இருந்தார். இவரின் சமகாலமாக அதோனிஸ் மற்றும் பத்வா தவ்கான் போன்றவர்கள் இருந்தாலும் இவர்களின் மத்தியில் தர்வீஷ் வித்தியாச உருவமாகவே இருக்கிறார். அரபு மற்றும் பாலஸ்தீன் வெளியில் நாற்பதாண்டுகளுக்கு மேலாக கவிதைகளோடு இயங்கிய தர்வீஷ் மரணத்தின் இடைவெளியில் இன்னும் உயிர்ப்புடன் இருந்து கொண்டிருக்கிறார்.

தர்வீஷின் படைப்புகள்

- 1. Wingless birds (poetic collections 1960)
- 2. Leaves of olives (poetic collections 1964)
- 3. A lover from palestine (1966)
- 4. Dairy of a palestine wound (1969)
- 5. Writing in the light of the gun (1970)
- 6. Mahmood darwish works (two volumes 1971)
- 7. Light rain in a distant autumn
- 8. The Adam of two edens
- 9. Unfortunately it was paradise (Selected Poems 2003)
- 10. Selection of poems (new works 2003)
- Why are we always told that we cannot solve our problem without solving the existential anxiety of the Israelis and their supporters who have ignored our very existence for decades in our own homeland? [57]
- We have triumphed over the plan to expel us from history. [58]

மஹ்மூத் தர்வீஷ் கவிதைகள்

பாலஸ்தீன கவிஞரான மஹ்மூத் தர்வீஷ் ஒரு அரசியல் போராளியும் கூட. அவரின் கவிதைகள் தங்களின் நிலங்கள் ஆக்கிரமிக்கப்பட்ட மக்களின் தவிப்பையும், துயரத்தையும், தொடர்ந்த வலியையும் குறியீடாக, உருவகமாக பிரதிபலித்தன. அரசியல் கவிதைகளின் உன்னதம் அதில் மிக நுண்மையாக வெளிப்பட்டது. சராசரி மனிதனின் வாழ்க்கையை புறந்தள்ளும் ஆதிக்க சக்திகளின் மனோபாவத்தை ஒரு துயரார்ந்த மனமாக பிரதிபலித்தன தர்வீஷின் கவிதைகள். இஸ்ரேலின் ஆக்கிரமிப்பை எதிர்த்து அதற்கான எதிர்குரலை தன் கவிதைகளின் ஊடாக பிரதிபலித்தார் தர்வீஷ். அவரின் கவிதைகள் பல தொகுக்கப்பட்டு அரபு மொழியிலும், ஆங்கிலம், பிரெஞ்சு மற்றும் துருக்கி ஆகிய மொழிகளிலும் வெளிவந்திருக்கின்றன. குறிப்பாக அவரின் கவிதைகள் ஆங்கிலத்தில் தான் அதிகம் மொழிபெயர்க்கப்பட்டிருக்கின்றன. Wingless birds, Leaves of Oilves, A lover from Palestine, Victims of Map, Sand and other poems, It is a song, It is a song, Fewer roses, Bed of a stranger, Unfortunately it was paradise, Same as almond flowers of farther, Memory of Forgetfulness, Mural, Something about homeland, Dont believe poems போன்றவை ஆங்கிலத்தின் மொழிபெயர்க்கப்பட்ட அவரின் முக்கியமான கவிதை தொகுதிகள். இதில் Don't believe poems என்பது தமிழில் கவிதையை நம்பாதே என்ற பெயரில் மொழிபெயர்க்கப்பட்டிருக்கிறது. கவிதையை பற்றிய தர்வீஷின் பார்வை விசாலமானது. லௌகீகரீதியிலானது. "கவிதையானது ஒவ்வொன்றையும் மாற்ற முடியும். வரலாற்றை மனிதனை மாற்ற முடியும். அந்த மாயத்தோற்றம் கவிஞர்களின் அதில் பங்கேற்பதற்கும், நம்புவதற்கும் மிக அவசியமாக இருக்கும் என நினைக்கிறேன். ஆனால் இப்போது கவிதை கவிஞனை மட்டுமே மாற்றுகிறது என்று நினைக்கிறேன்." கவிதையைப்பற்றிய தர்வீஷின் இந்த மேற்கோள் மிகப்பிரபலமானது. மனிதனை மாற்றும் பண்பும், அதன் எல்லா குணாம்சங்களும் கவிதைக்கு இருப்பதாக தர்வீஷ் ஒருகட்டத்தில் நம்பினார். பின்னர் அவரே அது வெறும் கவிஞர்களுக்கு மட்டும்

தான் என்று மாற்றிக்கொண்டார். பாலஸ்தீனுக்கு எதிரான இஸ்ரேலின் ஆக்கிரமிப்பு உச்சகட்டத்தில் இருந்த நேரத்தில் தர்வீஷிடமிருந்து மேற்கண்ட வரிகள் வெளிப்பட்டன. மேலும் அவரின் கவிதைகளில் பாலஸ்தீனின் காதலி என்பதும் முக்கியமானது.

"உன் கண்கள் என் நெஞ்சில் ஒரு முள்ளாக
வலியின் உக்கிரமாக, அந்த முள்ளை சகிக்கிறேன்
காற்றில் அது கேடயமாக
என் உடலில் கிடக்கிறது அந்த முள்,
சதையில் துயரமாக, தவிப்பாக
அதன் காயங்கள் தீபத்தை விளக்கேற்றுகின்றன
இதன் நாளை என்னை உருவாக்குகிறது
என் ஆன்மாவை விட நெருக்கமாக
உன் வார்த்தைகள் சிறந்த பாடல்கள்
நான் அதை பாட முயல்கிறேன்"

மனித வலியை, துன்பியலை, துயரத்தை அதன் உக்கிரத்தை உருவகப்படுத்தும் கவிதையாக மேற்கண்ட வரிகளை அமைந்திருக்கின்றன.

மேலும் யூத, கிறிஸ்தவ மற்றும் இஸ்லாமியர்களின் புனிதத்தலமான ஜெருசேலம் குறித்த கவிதையும் தர்வீஷின் கவிதை இயக்கத்தில் முக்கியமானது.

"ஜெருசேலம் நான் புராதன சுவர்களை குறிப்பிடுகிறேன்
ஒரு சகாப்தத்திலிருந்து மற்றொரு சகாப்தத்திற்கு
நினைவுகளற்று நடக்கிறேன்
வழிகாட்டு எனக்கு... இறைத்தூதர் பகிர்ந்த இடத்தை
புனித வரலாறு... சொர்க்கத்திற்கு செல்கிறது
நான் அந்த சாய்வின் மீது நடக்கிறேன்.
எனக்குள் நானே கேட்கிறேன். கதைசொல்லிகள்
அந்த கல்லின் வெளிச்சம் குறித்து ஒப்புகொள்ளவில்லை
நான் தூக்கத்தில் நடக்கிறேன்.
அதை உற்றுபார்க்கிறேன்.
யாரும் என் பின்புறத்தில் இல்லை.
என் முன்னால் யாருமில்லை."

மேற்கண்ட கவிதை புராதன நகரமான ஜெருசேலத்தின் தொன்மத்தை, அதன் நாகரீக வரலாற்றை, நபியின் பரலோக பயணத்தை குறியீடாக முன்வைக்கிறது. மேலும் அரபு இலக்கிய வட்டாரங்களில் அதிகம் பேசப்பட்ட கவிதையாக இது இருந்தது.

தர்வீஷின் மற்றொரு கவிதை பாலஸ்தீனின் போராட்ட நாளை குறிப்பதாக இருக்கிறது. இது பாலஸ்தீனில் ஒவ்வொரு ஆண்டும் மார்ச் 30ம் தேதி அனுசரிக்கப்படுகிறது. 1976ல் பாலஸ்தீன் மாணவர் போராட்டத்தை நசுக்குவதற்காக இஸ்ரேலிய படைகள் அவர்கள் மீது துப்பாக்கிச்சூடு நடத்தினர். அதில் பெண்கள் உட்பட ஐந்து பேர் கொல்லப்பட்டனர். அதன் நினைவிலிருந்து ஒரு கவிதையாக

"மார்ச் மாதத்தில்
எழுச்சியின் வருடத்தில்
பூமி அவளின் இரத்தத்தை ரகசியமாக்க சொன்னது
மார்ச் மாதத்தில்
ஐந்து சிறுமிகள் தொடக்கப்பள்ளியின்
முன்புறத்தில்
ஊதாநிறத்தை தாண்டி வந்தோம்
துப்பாக்கியை தாண்டி வந்தோம்
புகையாக அது வெடித்தது
மார்ச் பூமிக்கு வந்தது
பூமியின் ஆழத்துக்கு வெளியே
சிறுமியின் நடனத்துக்கு வெளியே"

மேலும் மத்தியகிழக்கின், பாலஸ்தீனின் நாகரீக வரலாற்றை, புராதனத்தை, தொன்மங்களை குறிக்கும் பல கவிதைகள் தர்விஷிடம் இருந்து வெளிவந்தன.

"ஓ ரோஜாவே... காலத்திற்கு அப்பால், அறிவிற்கு அப்பால்
எல்லா காற்றின் சலனங்களை தழுவிக்கொள்ளும் முத்தமே.
என் கனவை ஆச்சரியப்படுத்து
என் பித்தம் என்னிலிருந்து சுழலும்
உன்னிலும் சுழலும்போது
உன்னை நெருங்குவதற்காக
நான் காலத்தை கண்டுபிடித்தேன்
உன்னை நெருங்குவதற்காக
உன்னிலிருந்து சுழன்று கொள்வதற்காக
நான் என் அறிவை கண்டுபிடித்தேன்
அணுகுமுறைக்கும், சுழற்சிற்கும் இடையில்
கனவின் அளவிற்கு ஒரு கல் வந்தது
இது நெருங்காது
இது சுழலாது"

மேற்கண்ட கவிதை சாலமன் அரசரின் தொன்மத்தையும் அவரை சந்திக்க வந்த பல்கீஸ் மகாராணியின் கதையையும் இது அர்த்தப்படுத்துகிறது. மேலும் இஸ்ரேலின் ஆக்கிரமிப்பால் வெளியேற்றப்பட்ட லெபனானின் நண்பர்களை குறித்தும் இந்த கவிதை உருவகப்படுத்துகிறது. ஒரு நூற்றாண்டை கடந்து விட்ட பாலஸ்தீன் துயரம் முடிவற்று இன்னும் நீண்டு கொண்டே செல்கிறது. அதன் முடிவற்ற தன்மை மத்தியகிழக்கு வரலாற்றையும், நாகரீகத்தையும் மறுபடி புரட்டிப்போடுகிறது. இதன் தொடர்ச்சியில் பாலஸ்தீனிய கவிஞரான மஹ்மூத் தர்வீஷின் கவிதைகள் அரபுலகிலும், மேற்குலகிலும் ஒரு புதிய சகாப்தத்தை உருவாக்கி விட்டுச் சென்றிருக்கிறது.

காலத்தை பின்னோக்கும் நிழல்
சிரிய கவிஞர் நிசார் ஹப்பானி ஓர் அறிமுகம்

எப்பொழுதுமே பின்னோக்கும் நிழலுக்கு தனித்தன்மை உண்டு. எல்லாவித வாழ்வனுபவங்களும் ஒரே புள்ளியில் ஒன்று சேர வைத்து அடையாளத்தை நிறுவும் தன்மை அதற்குண்டு. வளைந்து நெளிந்து செல்லும் கடல். அதன் ஆர்ப்பரிக்கும் ஓசை தொடர்ச்சியாக/ முடிவற்றதாக ஒலித்து கொண்டிருக்கிறது. பறவையின் கண் மாதிரி காட்சி வெளிக்குள் அது சிறு துண்டாக காட்சியளிக்கிறது. ஒவ்வொரு தீவுக்குள்ளும் ஒவ்வொரு தனித்த / தனித்தன்மையற்ற அடையாளங்கள் சிதறி கிடக்கின்றன. அதன் விளிம்பிற்குள் நிற்கும் போது நமக்குள்ளிருந்து அரூப ஒலி எழுகிறது. கவிதையின் வெளிப்பாடு/ அதன் இயங்கு தளம் குறித்து பல மாதிரியான கருத்துக்கள் ஒவ்வொரு இடங்களிலும், தளங்களிலும் இருந்து கொண்டே இருக்கின்றன. எல்லாவித வெளியும் வெளிப்படுத்தும் வாழ்வனுபவங்கள் ஒரே மாதிரியாக இருப்பதில்லை. சலனங்களின் வெளிப்பாடாக கவிதை உருவாகும்போது கவிஞன் தனக்கான அடையாளத்தை பெறுகிறான். ஒவ்வொரு சூழலுமே ஒவ்வொரு காட்சிக்குள்ளும் நம்மை அழைத்து செல்கின்றன. அதன் புரியாத மர்மங்கள்/ ரகசியங்கள்/ உள் வாய்ப்புகள் கலாச்சாரம் தாண்டிய பிரதியை அர்த்தம் கொள்ள செய்கின்றன. இதன் காரணமாகவே வெவ்வேறு பிரதிகளை மாறுபட்ட சூழலில் ஒருவித ஊடாட்டத்தோடு கவனிக்க வேண்டியதிருக்கிறது.

மத்தியகிழக்கின் முக்கிய பிராந்தியமான சிரியாவின் தலைநகரான டமாஸ்கஸ்ஸில் 1923 மார்ச் 21 ஆம் நாள் பிறந்தார் ஹப்பானி. அவரின் பிறப்பு என்பதே எழுத்தின் வாசனையோடுதான் துவங்கியது. சர்வாதிகார அரசின் பல்வேறு வித நெருக்கடிகள்/ அச்சுறுத்துதல்கள்/ திணிப்புகள் இருந்தும் ஒரு எதிர் அதிகார வாதியாக இறுதிவரை இருந்தார் ஹப்பானி. இவரின் முதல் கவிதை தொகுப்பு 1944 இல் 'கரிய கூந்தல் பெண் என்னிடத்தில்

சொல்லியிருந்தாள் ' என்னும் தலைப்பில் வெளியாயிற்று. சக பெண்ணின் ஒருவழி உரையாடலாக அமைந்தது அக் கவிதை. டமாஸ்கஸ் பல்கலை கழகத்தில் சட்டக்கல்வியை முடித்த அவர் கெய்ரோ/ அஸ்காரா/ மத்ரித்/ லண்டன்/ பீஜிஸ்/ பீரட் போன்ற இடங்களில் அரசு பணிகளில் பணியாற்றினர். அவரின் எழுத்து வாழ்க்கையின் காலம் சர்வாதிகாரத்தின் உச்சத்தை அனுபவிக்க கூடியதாக இருந்தது. சிரிய மன்னரின் சர்வாதிகாரம் அவருக்கான எழுத்தின் போக்கை தீர்மானித்தது. ஒரு தடவை அவரின் கவிதை பின்வருமாறு அமைந்தது.

'என் ஆடைகள் கிழிக்கப்படுகின்றன
உன் நாயின் நகங்களால்
கிழிப்பதற்கு அனுமதித்தார்கள்.
உன் உளவாளிகள்
ஒவ்வொரு நாளும் தட்டினார்கள்
உன் படையாட்கள் என்னை
தின்றார்கள் காலணியை கூட
நீ இருதடவை
உன்னை இழந்தாய்.'

சர்வாதிகாரத்தின் வலிப்பு ஹப்பானியிடத்தில் கலகக்குரலாக அமைந்தது. எவ்வித துயரங்களும் கலைஞனிடத்தில் ஏதாவதொரு விதத்தில் பாதிக்கதான் செய்கின்றன. 1967 இல் அரபு - இஸ்ரேல் போர் ஏற்பட்ட போது ஹப்பானி லண்டனில் இருந்தார். அங்கிருந்து

தீவிரமான குரலை அவரால் கொடுக்க முடிந்தது. கடலுக்குள் நுழைகிறேன் என்ற தலைப்பில் ஒரு கவிதை அதற்கான குரலாக அமைந்தது.

சாலையில் இருபதாண்டாக தனித்து
இன்னும் அது வரையப்படவில்லை
நான் வெற்றி கொள்வேன் சில நேரங்களில்
இருபதாண்டாக புத்தக காதலில்
இன்னும் முதல் பக்கத்தில் நான்.

1954 இல் வெளியான 'ஒரு முலையின் குழந்தைத்தனம்' அரபு இலக்கியத்தின் மரபுத்தன்மையை உடைத்தெறிந்தது. ஒரு பெண்ணின் இயல்பான வெளிப்பாட்டை வெளிக்கொண்டதாக அமைந்தது அத்தொகுப்பு.

ஹப்பானி தன்னுடைய கவிதைகள் மூலம் ஓர் அரபு தேசியவாதியாக அறியப்படுகிறார். அவருடைய கட்டுரைகள்/ பிற எழுத்துக்கள் எல்லாம் அரசியல் தன்மை சர்ந்தவை. சில நேரங்களில் அவருடைய எழுத்துக்கள் பெண்ணிய ஒடுக்குமுறைக்கு எதிரான ஒன்றாக இருந்தது. சமூகம் 'பெண்' என்ற குறியீட்டை சித்தரிக்கும் நிலை மிதந்து செல்லும் அதன் உடல் எல்லாம் ஹப்பானி கவிதையின் படிமங்களானது. 'வார்த்தைகளுடன் வரைகிறேன்' என்ற கவிதை பெண்ணின். மீதான குறியீட்டு வன்முறையை வெளிப்படுத்தியது. ஒவ்வொரு விதமான உணர்ச்சிகள்/ பாவனைகள்/ சலனங்கள்/ துடிப்புகள் எல்லாம் வெவ்வேறு பிரதிகளை வரைந்து கொள்கின்றன. ஹப்பானியின் ஆரம்ப கால கவிதைகள் சற்று புரட்சித்தன்மை வாய்ந்ததாக இருந்தாலும் பிந்தைய கால கவிதைகள் கவித்துவதன்மையுடன் இருந்தன. அவரின் சொந்த மண் பற்றிய கவிதைகளும் மிகுந்த வரவேற்பை பெற்றன. இருந்தாலும் தன் சொந்த மண் மீதான அவரின் விமர்சனம் குறைவாகவே இருந்தது. வாழ்நாளில் ஹப்பானி இருமுறை திருமணம் செய்து கொண்டவர். அவரின் இரண்டாம் மனைவி பாக்தாத்தில் ஆசிரியையாக பணிபுரிந்தார். அவரின் கவிதைகள் மீது ஏற்பட்ட அளப்பரிய காதலே அவர் காதலித்து இரண்டாம் திருமணம் செய்ய காரணம். அவர் மனைவி ஈராக்கில் பணிபுரிந்து கொண்டிருந்தபோது ஈரானிய கொரில்லாக்களால் குண்டு வைத்து கொலை செய்யப்பட்டார். ஹப்பானி வாழ்நாளில் மொத்தம் பதினான்கு தொகுதிகளை வெளியிட்டுள்ளார். தொடர்ந்து அவர் அரபி செய்தி இதழான அல்-ஹயாத்தில் கட்டுரைகளை எழுதிக்கொண்டிருந்தார். சிறிதுகாலம்

நோய்வாய்ப்பட்டார். 1998 ஆம் ஆண்டு திடீரென ஏற்பட்ட மாரடைப்பால் மரணமடைந்தார்.

சிரிய கவிஞர் யூசுப் கார்க்கவுட்லி அவரை பற்றிச் சொல்லும்போது 'ஹப்பானி நம் வாழ்விற்கும்/ வெளிக்கும் அவசியமானவர்' என்றார். எகிப்திய நாவலாசிரியரான மோனாஹெல்மி 'அவரின் வலியத்தனம் அவரின் இயல்பான திறமையில் இருந்து வெளிவந்து அழகிய வார்த்தைகளை உருப்படுத்தியது. வெறும் சாதாரண நடவடிக்கைகளாக இல்லாமல் ஆணுக்கும் பெண்ணுக்கும் இடையே, மேலும் ஆள்வோருக்கும்/ ஆளப்படுவோருக்கும் இடையே ஒடுக்குவோருக்கும்/ ஒடுக்கப்படுவோருக்கும் இடையே தூண்டலாக அமைந்தது ' என்றார்.

காலத்தை பின்னுக்கு தள்ளிவிட்ட ஹப்பானியின் நிழல் நம்மை மேற்காசிய இலக்கிய உலகுக்கு அழைத்து செல்கிறது. எல்லா நிழல்களும் தன் காலத்தை தாண்ட முடிவதில்லை. வெவ்வேறு விதமான வாசிப்பிற்குள்ளிருந்து நாம் நமக்கான பிரதியை தேர்ந்தெடுத்து கொள்வது அவசியம். வாசிப்பின் சுழிப்பானது ஒற்றை பரிணாமத்தை அடைய முயலக் கூடாது. எல்லா வாசிப்புகளிலும் ஹப்பானியின் கவிதைகளானது நம் பிரதிக்கு வார்த்தைகளை வரைகிறது.

சுருட்டப்படாத கவிதை
சவூதி கவிஞர் நிம்மா அல் நவாப் ஓர் அறிமுகம்

பெண்கள் தங்கள் இயல்பான நடத்தையை கட்டுப்படுத்த வேண்டும். உறவினர் ஆண்களின் துணையில்லாமல் வெளியே செல்லக்கூடாது என்பது போன்ற மிகைக்கட்டுப்பாடுகள் வழக்கில் இருக்கும் சவூதி அரேபியாவில் பல்வேறு காலகட்டங்களில், அவசியமான தருணங்கள் பெண்கள் எழுத முன்வருகின்றனர். அவர்களில் பலர் மனித உரிமை செயற்பாட்டாளர்களாக, எழுத்தாளர்களாக, கவிஞர்களாக, கல்வியாளர்களாக மாறுகின்றனர். இந்த மாற்றம் சில நேரங்களில் புற அழுத்தத்தால் தீர்மானிக்கப்படுகிறது. இந்த அழுத்தம் அதற்கு எதிர்வினையாற்றும் சூழலுக்கு இயல்பாகவே பெண்களை தயார்ப்படுத்துகிறது. வாழ்க்கை சார்ந்த இயல்பான ஓட்டத்திலிருந்து பெண்களை தடுக்கும் சவூதியின் இம்மாதிரியான அதீத கட்டுப்பாடுகள் பல்வேறு கட்டத்தில் பல தரப்பினராலும் விமர்சிக்கப்படுகிறது. மனித இனத்தில் ஆண் பெண் என்ற இருமை தரப்படுத்துவதற்கானதல்ல. மாறாக உயிரியல் சார்ந்த வித்தியாசப்படுத்தலே. இதன் தொடர்ச்சியில் இதற்கான குரல்கள் சவூதியில் அவ்வப்போது ஏதாவது ஒரு வடிவத்தில் எழுகின்றன. புனித நகரமான மக்காவின் பெற்றோர்களுக்கு பிறந்து மலேசியாவில் வசிக்கும் நிம்மா அல் நவாபும் இதில் ஒருவர். இவரின் கவிதைகள் சவூதிய உட்சூழல் சார்ந்த சிறந்த பிரதிபலிப்பு பிம்பமாக இருக்கின்றன.

பிறந்த சில வருடங்களுக்குப்பின் சவூதிக்கு புலம் பெயர்ந்த நிம்மா அங்கு தன் கல்வியை கற்றார். பின்னர் அங்குள்ள பல்கலைகழகத்தில் ஆங்கில இலக்கியத்தில் பட்டம் பெற்றார். ஆங்கில இலக்கியம் மீது அவருக்கு இளமைக் காலத்திலேயே மிகுந்த ஆர்வம் இருந்தது. இளமைகாலம் சார்ந்த அறிவின் தேடல் இவருக்கு சவூதிய சமூகம், கலை, கலாசாரம், கட்டடக்கலை, கவின்கலை மற்றும் இஸ்லாம் சார்ந்ததாக இருந்தது. அதனோடு

தன் இயல்பை மேற்கண்ட அம்சங்களோடு நகர்த்திக்கொண்டார். இதன் தொடர்ச்சியில் இது சார்ந்து தான் அவதானித்த விஷயங்களை எழுத்தில் பதிவு செய்தார் நிம்மா. அந்த அவதானம் ஒரு சிறந்த கலை படைப்பிற்கான வாயில்களை திறந்தது. இது நிம்மாவின் கவிதைக்கான படைப்பு வெளியாகவும் இருந்தது. மிகச்சிறந்த கவிதைகள் இவரிடமிருந்து வெளிவந்தன. நிம்மா ஸ்காரட்லாந்தின் எடின்பர்க்கில் படித்த போது பல்வேறு மதங்கள் குறித்த அறிவை வளர்த்துக்கொண்டார். மேலும் புதிய சிந்தனைகள் மற்றும் அறிவுத்தேடல் அவருக்கு இயல்பாக வந்தன. நவாப் குழந்தையாக இருக்கும் தருணத்தில் அவரின் தந்தை அவருக்கு ஷேக்ஸ்பியரின் கவிதைகளை அறிமுகப்படுத்தினார். மேலும் அவரின் வீட்டில் அரபு எழுத்தாளர்கள், இலக்கிய ஆர்வலர்கள் மற்றும் கல்வியாளர்கள் ஆகியோர்கள் வருகை தந்து பல விஷயங்கள் குறித்து விவாதித்தனர். அவரின் வீட்டை அவர்களின் தங்குமிடமாக மாற்றினார் நவாபின் தந்தை. அதன்மூலம் பல விஷயங்கள் குறித்த விவாதகளமாக அவரின் வீடு இருந்தது. மேலும் சவூதிய அமெரிக்க கவிஞரான நவோமி சிஹாபின் சவூதி குறித்த பயணநூலால் அதிகம் தாக்கமுற்றார். அதில் சவூதியின் பண்பாடு, நடைமுறை வழக்கங்கள் போன்றவை குறிக்கப்பட்டிருந்தன. அதன் மூலம் தன் கவிதைகளுக்கான படிமக்கூறின் நதிமூலத்தை அடைந்தார் நவாப். தன் ஆங்கில இலக்கிய பட்டப்படிப்பை முடித்த பின் நவாப் ஆரம்பத்தில் ஆங்கிலம் மற்றும் அரபி ஆகிய இருமொழிகளில் இருந்தும் படைப்புகளை மொழிபெயர்க்கும் பணியை தொடங்கினார். பின்னர் கவிதைகளால் தாக்கம் பெற்ற நவாப் அரபு பத்திரிகை மற்றும் இதழ்களில் தன் படைப்புகளை வெளியிட்டார். அவரின் முதல் தொகுப்பு unfurling 2004ல் வெளிவந்தது. இதன் வெளியீட்டு

சவூதியில் நடந்த போது சவூதிய வஹ்ஹாபிய முல்லாக்களும், பிற அடிப்படைவாதிகளும் கடும் எதிர்ப்பு தெரிவித்தனர். மேலும் அவரின் உடல் கூட அப்போது கண்காணிக்கப்பட்டது. அவரின் தலைமுடி தெரிகிறது என்று கூட சிலர் கூச்சலிட்டனர். அதை நிம்மா பொருட்படுத்தவில்லை. மேலும் ஒருவர் கோபத்துடன் நிம்மா முன்வந்து முக்காடு வழியாக தலைமுடி தெரிவதைப்பற்றி கேட்டார். அதற்கு நீங்கள் அதை எடுத்துக்கொள்ளுங்கள் என்று சாதாரணமாக பதிலளித்தார் நிம்மா. மேலும் சில பழமைவாத ஊடகங்கள் இதை விமர்சித்தன. மேடையில் இதெல்லாம் சகஜம் என்றார் அதற்கான விளக்கத்தில் நிம்மா. இதற்கு பிந்தைய கட்டத்தில் சவூதியின் உணவு விடுதியில் முகமூடி அணிந்த ஒரு சவூதி பெண் இவரின் கையை பிடித்துக்கொண்டு உங்கள் கவிதைகளையும், இணைய விவாதங்களையும் நான் தொடர்கிறேன். நீங்கள் எங்களுக்காக குரல் கொடுக்கிறீர்கள். இதை தொடருங்கள். நான் உங்களின் வாசகி என்றார். பின்னர் நிம்மா அவரை அடையாளம் கண்டார். அவர் ஒரு கல்லூரியின் ஆங்கில இலக்கிய பேராசிரியை.

தற்போது உலக அளவில் பிரபலமாகி வரும் நிம்மா தனக்கு பிடித்தமான, தான் மிகுந்த மனப்பதிவு அடைந்த கவிஞர்களாக பாப்லோ நெரூதா, மஹ்மூத் தர்வீஷ், யஹூதா அமிச்சி, அமீரி பரக்கா, லூசிலி கிளிப்டன் போன்றவர்களை குறிப்பிடுகிறார். இவர்களின் படைப்புகளோடு மிகுதியாக பயணம் செய்தார். மேலும் சூபிகள் மீதும் அவர்களின் தத்துவ கவிதைகள் மீதும் நிம்மாவிற்கு மிகுந்த ஆர்வம் உண்டு. அதை வெகு இயல்பாக ரசித்தார். அதன் படைப்பு வெளிக்குள், விகசிப்பில் ஆழ்ந்து அனுபவித்தார். இதன் வெளிப்பாடு நிம்மாவிடமிருந்து Canvas of the Soul (Mystic poems from the heartland of Arabia) என்ற தொகுதியாக வெளிவந்தது. இந்த தொகுதி நிம்மாவை மற்றொரு உயரத்திற்கு செல்ல வைத்தது. சூபிகளின், குறிப்பாக ரூமி, இப்னு பாரித் மற்றும் இப்னு அரபி ஆகியோரின் கவிதைகளின் தாக்கமாக இது இருந்தது. அதன் ஸ்பரிசம் அரபுலகை தாண்டி மேற்குலகம் வரை நீண்டது.

நிம்மா ஒரு கவிஞராக மட்டுமின்றி புகைப்பட கலைஞர், எழுத்தாளர், ஓவியர் போன்ற பன்முக ஆளுமைத்திறனோடு விளங்கினார். மேலும் நான் வெறுமனே ஒரு கவிஞர் இல்லை. மாறாக கலைஞர். கலையின் அழகு என்பது அதன் அர்த்தம் தான். ஆக ஒரு கலைஞனின் பணி என்பது பலதரப்பட்ட அர்த்தங்களை கொண்ட அடுக்குகளில் அவன் அதன் அர்த்தங்களை தேடுவது தான். அதன் நுண்மயங்களில் ஆழத்தை தேடுவது அதன் கலை என்றார்

நிம்மா. ஒரு தேர்ந்த ஆளுமைக்கான முழு தகுதியும் இதன் மூலம் நிம்மாவிடம் வெளிப்பட்டது.

நிம்மாவிற்கு கவிதைக்கான உள் ஊட்டத்தை அளித்தவர் அமெரிக்க அரபு கவிஞரான நயோமி சிகாப் நை. இவரின் கவிதைகள் ஏற்படுத்திய தாக்கம் காரணமாக தானும் அதை பரிசோதிக்க வேண்டும் என்று விரும்பினார். அந்த பரிசோதனை அவரை கவிதைக்கான தளம் அமைத்துக்கொடுத்தது. இதுகுறித்து ஒருகட்டத்தில் நிம்மா இவ்வாறு குறிப்பிட்டார். "ஆங்கில இலக்கியம் மற்றும் ஷேக்ஸ்பியரின் எழுத்துக்கள் என்னை இலக்கியம் நோக்கி பிணைத்தன. இதன் தொடர்ச்சியில் ஷெல்லி, லார்ட் பைரன், கீட்ஸ், வேர்ட்ஸ்வொர்த் மற்றும் டென்னிசன் ஆகியோர் என்னை அதிகம் பாதித்தனர். நயோமி எனக்குள் சிறந்த ஆழ் அமைதியாக இருந்தார். என்னை அதிகமும் தூண்டினார். மேலும் வாழ்க்கையின் உள்ளார்ந்த தத்துவம் என்ன என்பதையும் விளக்கினார். இவ்வாறு அவர் சிறந்த உள்ளூட்டமாக இருந்தார். அதன் மூலம் நான் கவிதைகளை அதிகம் எழுதினேன். வாசகர்களுக்கு அதை பகிர்ந்தேன் என்றார்".

சூபிச கருத்தியலில் அதிக தாக்கமும், ஆர்வமும் கொண்ட நிம்மா அதன் தொடர்ச்சியாக அவரின் சூபிசம் பற்றிய தொகுப்பில் அதனை வெளிப்படுத்தினார். மேலும் அதன் அட்டைப்படம் பற்றிய கேள்வி வந்த போது அதை தன் வாசகர்களுக்கே விட்டுவிடுவதாக நிம்மா சொன்னார். முக்கிய கருத்து என்பது அமைதி, சலனமற்ற மனம் ஆகியவற்றின் ஒருங்கிணைவு தான். இதன் உள்ளார்ந்த விஷயங்கள் என்பது தேடுதல், கேள்வியடைதல், ஒன்றை தேடுதல் போன்றவைகள் தான். ஆக கவிதையின் செய்தி என்பது வாசகர்களின் தேடல் சார்ந்த மாறுபடும் தளங்கள் தான் என்றார்.

அவரின் படைப்புகள் ஆங்கிலம், பிரெஞ்சு, ஜெர்மன் மற்றும் பாரசீக மொழிகளில் மொழிபெயர்க்கப்பட்டு வருகின்றன. நுண்மையான கவிதை மொழி, அதன் சீரான இயங்குநிலை மற்றும் பன்முகப்பட்ட கலை ஆளுமை இவற்றால் அவரின் எழுத்துப்பயணம் தொடர்ந்து வருகிறது. இலக்கிய உலகம் அவரிடமிருந்து இன்னும் எதிர்பார்க்கிறது.

ஆன்மாவின் திரைச்சீலை நிம்மாவின் அநுபூத கவிதைகள்

நிம்மாவின் ஆன்மீக கவிதைகள் அவருக்கான படைப்பு வெளியில் மிகுந்த தனித்துவம் வாய்ந்தவை. படிம கருக்களை கொண்டவை. நடைமுறைவாழ்வில் மனித அந்தரங்கத்தின் உரையாடலை ஆன்மீகத்தனத்தோடு பிரதிபலிப்பவை. மரபான இறையியல் கவிதைகளை தாண்டி அதற்கான லௌகீக நுட்பத்தோடு கவிதையாக வெளிப்படுபவை. உயிரோட்டம் மிக்கவை. வாழ்வின் எல்லா சாத்தியப்பாடுகள் குறித்த பிரதிபலிப்புகளை உடையவை. இதனை உள்ளடக்கிய அவரின் canvas of soul மிக முக்கிய தொகுப்பு.

கொண்டாடப்படும் இரு உலகங்கள்
உங்கள் மாட்சிமையின் ஆசிகள்
இரைப்பறவைகள், சமாதான பறவைகள்
ரோஜா, மல்லிகை,தாமரை
மணல் துகள்கள், பாறைகள், கற்பாறைகள்
ஆறுகள் மற்றும் பெருங்கடல்கள்
அமைதியாக, உரத்த குரலாக உங்கள் பிரசன்னத்தை குறிக்க
மௌன பிரார்த்தனை உங்களின் முன்பு
மூச்சு காற்று மூலம் உயர்ந்து சுவாசிக்கும் போது
எடுக்கும் ஒவ்வொரு மூச்சும் உங்களின் மூச்சாக
இன்னும் இரு உலகங்கள் பிளவுபடும் போது
ஒரு தற்காலிக பிளவில்
இறுதி இணைவில்
முழு தன்மையை எடுக்கிறது
ஒவ்வொரு இதயத்துடிப்பிலும், ஆத்ம துடிப்பிலும்
கொண்டாடுகிறேன் உன் அதிகாரத்தை, அன்பை
ஒருமை, அன்பு, அன்பு மற்றும் இரக்கம் என்னை தழுவுகிறது
நாங்கள் குடிக்கிறோம், உன் படைப்பின் ரசத்தை,

அதன் பேரின்பத்தை, அருள் அமைதியை....

இறை தேடல் குறித்த படிமங்களை, குறிப்பீடுகளை மேற்கண்ட கவிதைகளில் காண முடிகிறது. அதன் நுண்மங்களில், நுண் அசைவுகளில் ஆன்மாவின் குரலை கேட்க முடிகிறது. /மூச்சுக்காற்று மூலம் உயர்ந்து சுவாசிக்கும் போது/ சுவாச மூச்சிற்கும் ஆன்மாவிற்கும் இடையே உள்ள தொடர்பை இது குறிப்பீடு செய்கிறது. மாய வெளியில் பிளவுபடும் உலகமாக அதன் வரிகள் தொடர்கின்றன. அதன் விகசிப்பில் கவிதையின் உள்ளகம் விரிகிறது. உணர்வு நிலை மாறுகிறது. அது தொடர்ச்சியாக சில குறியீடுகளை வரைந்து கொண்டு செல்கிறது. இதன் தொடர்ச்சியில் இந்த தொகுப்பின் அடுத்த கவிதை இவ்வாறு செல்கிறது. ஆன்மாவின் திரைச்சீலை என்ற தலைப்போடு பின்வருமாறு விரிகிறது.

நிம்மா அல் நவாப் கவிதைகள் - 2

ஈரமில்லாமல் உதிர்ந்த தரையில் இருந்து உயரும்....
உயரட்டும் உயரட்டும்
நனைந்து கொள்ளுங்கள்
அருள் என்ற மழைத்துளியில்
நடந்து கொள்ளுங்கள் அமைதி என்ற வானவில்லின் மீது
மலரும் பூக்களின் நறுமணத்தை உள்ளிழுக்க
உங்கள் ஆன்மாவின் திரைச்சீலையாக
கதிரியக்க வண்ணங்களில் அது வெடிக்கிறது
நம் பார்க்க முடியாத கண்களுக்கு அப்பால்

நிம்மா அல் நவாப் கவிதைகள் - 3

உள் தாயகம்
உள் சுயத்தின் தாயகம்
மூச்சு வேகமாக
நம்பிக்கையின்மையின் ஒரு கணப்பொழுதில் தங்கியிருந்து
சிறைப்பட்டு
வெளியேறுகிறது விரக்தியின் மூச்சாக
ஒரு நொடியில்
ஊற்றுகிறது நம்பிக்கை
அதன் நகைச்சுவையின் மருந்தாக
வறண்டு விட்ட ஆன்மா மீது

ஈராக்கின் மகோன்னத கவிஞர் அப்துல் வஹ்ஹாப் அல் பய்த்தி

வரலாற்றின் நெடும்பயணத்தில் ஈராக் பல அற்புதங்களை நிகழ்த்தியிருக்கிறது. புகழ்பெற்ற யூப்ரடீஸ் மற்றும் டைகிரிஸ் நதி அதை முன்னெடுத்து செல்கிறது. ஒன்பதாம் நூற்றாண்டு அப்பாஸிய மன்னர்கள் ஈராக்கை மையப்படுத்தி அறிவியல், வரலாறு மற்றும் மருத்துவ சாதனைகள் பலவற்றை நிகழ்த்தினர். ஈரானை போன்றே பல சூபி அறிஞர்களை உருவாக்கிய பெருமை ஈராக்கிற்கு உண்டு. மேலும் மிக முக்கிய குறிப்பீடாக இலக்கிய படைப்பாக்கங்களுக்கும் ஈராக் அதிக பங்களிப்பை செலுத்தி இருக்கிறது. அப்படியான ஈராக்கின் இலக்கிய வெளியில் இருபதாம் நூற்றாண்டு தந்த மிக முக்கிய இலக்கிய ஆளுமை அப்துல் வஹ்ஹாப் அல் பய்த்தி.

முதல் உலகப்போர் முடிந்த காலகட்டத்தில், ஈராக்கின் புகழ்பெற்ற பாக்தாத் நகரில் ஒரு நடுத்தர குடும்பத்தில் 1926 ஆம் ஆண்டு பிறந்தார் அப்துல் வஹ்ஹாப் அல் பய்த்தி. இதில் அல் பய்த்தி என்பது இவரின் இனக்குழு வம்ச பெயர். இவர் பிறந்த இடம் ஈராக்கின் புகழ்பெற்ற சூபி அறிஞர் அப்துல் காதர் ஜீலானியின் நினைவிடத்திற்கு அருகில் இருந்தது. இதன் காரணமாக சூபிச தாக்கம் அல் பய்த்தியின் கவிதைகளில் அதிகமாக இருந்தது. மேலும் அப்துல் காதர் ஜீலானியின் உறவு முறை தொடர்ச்சியாக இவரின் தந்தை இருக்கிறார். பள்ளிப்படிப்பை பாக்தாதில் முடித்த அல் பய்த்தி உயர்கல்வியை பாக்தாத் பல்கலைகழத்தில் முடித்தார். பின்னர் ஈராக்கில் சிறிது காலம் ஆசிரியராக பணிபுரிந்தார். மேலும் ஆசிரியராக பணிபுரிந்த காலகட்டங்களில் Al Thaqafa A-Jadida (The New Culture) என்ற இலக்கிய, கலாசார இதழை நடத்தினார். மேலும் பல அரபு பத்திரிகைகளில் தொடர்ந்து கவிதைகளை எழுதினார். அதுவரையிலும் மரபார்ந்த, சட்டகமான மொழிக்கட்டமைப்பிற்குள் தொடர்ந்து வந்த அரபுக்கவிதைகளை உடைத்து விட்டு நவீனத்திற்கு தொடக்கம் குறித்தார். ஈராக்கில் நவீன அரபுக்கவிதைகளை முதன்

முதலாக முன்னெடுத்தவர் அல் பய்த்தி தான். இவரின் தொடர்ச்சியான கவிதை செயல்பாடுகளுக்குப்பிறகு 1950ல் இவரின் முதல் கவிதை தொகுதி Mala'ika wa Shayatin (Angels and Devils) என்ற பெயரில் வெளிவந்தது. இது மதம் சார்ந்த தொன்மங்களை அடிப்படையான குறியீடுகளாக்கிய நவீன கவிதைகளை உள்ளடக்கி இருந்தது. இதன் தொடர்ச்சியில் இவரின் எழுத்துக்கள் அதிகார வர்க்கத்திற்கு மிகப்பெரும் சவாலாக இருந்தன. பல தருணங்களில் மன்னர் பரம்பரையை, அதன் கெட்டுத்தனத்தை கடுமையாக விமர்சித்தார். இதன் காரணமாக 1954 இவர் வகித்து வந்த ஆசிரிய பதவியிலிருந்து நீக்கப்பட்டார். தொடர்ந்த நெருக்கடிகள் காரணமாக அதே ஆண்டில் சிரியாவிற்கு புலம்பெயர்ந்த அல் பய்த்தி சில ஆண்டுகள் அங்கிருந்தார். மேலும் தன் எழுத்து வாழ்க்கையில் எப்போதும் உலக அரசியல் விவகாரங்களோடு தொடர்புடையவராக இருந்தார். பய்த்தியின் கவிதைகள் பல தருணங்களில் சேகுவாரா மற்றும் டி.எஸ். எலியட் ஆகியோரின் புறத்தாக்கத்தோடு வெளிபட்டன. குறிப்பாக சேகுவாராவின் புரட்சிகர அரசியல் செயல்பாடுகள் மற்றும் எலியட்டின் எழுத்துக்கள் ஆகியவற்றில் அதிக தாக்கம் கொண்டார். சிரியாவின் டமாஸ்கஸ் நகரில் தங்கியிருந்த காலத்தில் எகிப்தின் கெய்ரோ, லெபனானின் பெய்ரூட், லண்டன், பாரீஸ் ஆகிய நகரங்களுக்கு அடிக்கடி பயணம் செய்தார். அதன் மூலம் அவருக்கான அனுபவ தளத்தை விரிவாக்கிக்கொண்டார். மேலும் நான்கு ஆண்டுகள் சிரியா வாழ்க்கைக்குப்பிறகு 1958ல் ஈராக்கில் ஏற்பட்ட அரசியல் பருவமாற்றங்கள் காரணமாக அல் பய்த்தி மீண்டும் ஈராக் திரும்பினார்.

ஈராக் அரசியல் அரங்கில், அதிகார தளத்தில் ஏற்பட்ட மாற்றங்கள் அல்பய்த்திக்கு அங்கு தொடர்ந்து இயங்குவதற்கான சூழலைக்கொடுத்தது. மன்னராட்சி முறை ஒழிந்து ஈராக் குடியரசாக மாறியதே அதற்கு காரணம். புதிய அரசானது இவரை ஈராக்கிய கல்வி அமைச்சகத்தின் முக்கிய துறையில் நியமனம் செய்தது. அதன் பிறகு அல்பய்த்தி அங்கிருந்தும் தன் எழுத்தை தொடர்ந்தார். தொடர்ச்சியான நவீன அரபுக்கவிதைகள் மற்றும் கட்டுரைகள் அவரிடமிருந்து வெளிவந்து கொண்டிருந்தன. சில காலம் அங்கு பணிபுரிந்த அல் பய்த்தி சோவியத் ரஷ்யாவிற்கான ஈராக் தூதரகத்தின் கலாசார துறையில் பணி அமர்த்தப்பட்டார். ரஷ்யாவின் தூதரக பணி அல் பய்த்திக்கு பெரும் அனுபவ உள்ளீட்டை கொடுத்தது. ஆழ்ந்த வாசிப்பிற்கும், எழுத்திற்குமான தளமாக அதை பயன்படுத்திக்கொண்டார். பின்னர் 1961ல் அப்பதவியை ராஜிநாமா செய்த அல் பய்த்தி இரஷ்யாவில் சோவியத் ஆசிய ஆப்ரிக்க சமூக அறிவியல் கல்வி நிறுவனத்தில் ஆசிரியராக பணி புரிந்தார். அதன் பின்னர் பணிநிமித்தமாக பல கிழக்கு ஐரோப்பிய நாடுகளுக்கு பயணம் செய்தார். தொடர்ச்சியில் 1964ல் ஈராக் திரும்பிய அல் பய்த்தி, அதன் பின்னர் ஜெத்தா, மத்ரித், டெல்பி, கெய்ரோ, லண்டன் மற்றும் பாரீஸ் ஆகிய நகரங்களுக்கு சென்றார். ஆனால் எங்கும் அவர் நீண்டகாலம் தங்கியதில்லை. உலகில் எந்த மூலையில் பயணம் செய்தாலும் அவருக்கு தாய்நாடு குறித்த ஏக்கம் இருந்தது. அவரின் எஞ்சிய வாழ்நாள் முழுக்க ஈராக்கிற்கும், உலகின் மற்ற பகுதிகளுக்குமான நகர்வாக அமைந்தது. இந்த மிதத்தல் பற்றி அல் பய்த்தி ஒரு தடவை இவ்வாறு குறிப்பிட்டார். “நான் எப்போதுமே சூரிய வசந்தத்தை தேடிக்கொண்டிருக்கிறேன். ஒரு மனிதன் ஓர் இடத்தில் தங்கி விடும் போது அவன் இறந்தவன் மாதிரியாகி விடுகிறான். மக்கள் தண்ணீர் மற்று காற்று போன்று தேங்கி விடுகின்றனர். ஆகவே இயற்கையின் மரணம், வார்த்தைகள், ஆத்மா போன்றவை என்னை தொடர்ந்து பயணம் செய்ய அறிவுறுத்திக் கொண்டிருக்கின்றன. ஆகவே புதிய சூரியனை, புதியவசந்தத்தை, புதிய அடிவானத்தை எதிர்கொள்ள தயாராகிறேன். இதன் மூலம் புதிய உலகம் பிறந்து கொண்டிருக்கிறது” என்றார். மனிதவாழ்க்கையின் பிரதேச நிரந்தரத்தன்மையை கேள்விக்குள்ளாகிய அல்பய்த்தி மனிதனின் எதார்த்த, ஆத்மார்த்த அனுபவம் என்பது இப்படியான தேடல் சார்ந்த நகர்வில் தான் இருக்கிறது என்றார்.

ஈராக்கில் 1968ல் பாத் சோசலிச கட்சி அதிகாரத்திற்கு வந்த பிறகு அவரை ஈராக் வரும் படி அதன் பிரதிநிதிகள் அழைத்தார்கள். இதன் பின்னர் ஈராக் திரும்பிய அல் பய்த்தி பின்னர் மத்ரிதிற்கான தூதகர

ஊழியராக நியமிக்கப்பட்டார். அதன் பின்னர் 1990ல் சதாம் உசேன் குவைத்தை ஆக்கிரமித்த பிறகு அதிலிருந்து விலகி ஜோர்டான் மற்றும் சிரியாவில் அரசியல் புகலியாக தஞ்சம் அடைந்தார். 1995ல் இவர் சவூதி அரேபியாவின் ஜெத்தா நகரில் நடந்த கலாசார திருவிழாவில் பங்கேற்றதற்காக சதாம் உசேன் இவரின் ஈராக்கிய குடியுரிமையை பறித்தார்.

கவிதைகளில் அல் பய்த்தின் உயரம் மிக அதிகமானது. அகவய மற்றும் அரபுலகின் புறவய விசாரணைக்கும் உட்பட்டது. அரபு மொழியின் நவீனச்செறிவை உள்வாங்கி அதனை அரசியல் மற்றும் அலைதலின் படிமமாக மாற்றின இவரின் கவிதைகள். அதில் ஒளியின் மனிதனுக்கான கவிதையும் ஒன்று.

ஒளியும் மனிதனுக்கான கவிதை

ஒளியின் மனிதன்
என் இரவு உறக்கத்தில் நாடோடியாக அலைகிறான்
கைவிடப்பட்ட மூலையில் நிறுத்தி
என் நினைவகத்திலிருந்து வார்த்தைகளை உருவி எழுதி
அதை உரக்க மறுபடியும் எழுதி
கோடுகளின் வெளியே ஈரத்தை எடுத்து
பார்ப்பதற்கு அது கண்ணாடியாக
இருள் ஒளியில் வீடு ஆழ்ந்த வெறுமையாக
அவன் மீண்டும் சேகரித்தான்
என் தூக்கத்தில் அது ஒளிந்து கொண்டது
எழுந்து கொண்டேன் பயத்துடன்
மீண்டும் சேகரிக்கத்தொடங்கினேன்
என்ன எழுதினானோ அல்லது என்ன சொன்னானோ
ஒளியில் அது ஒரு ஜம்பமாக
அவன் என் காகிதங்களை மற்றும் நினைவகத்தை அழித்து
இறந்து விட்ட மனிதனின் இடைவெளியில்...

ஆழ்ந்த அகவய விசாரணைக்கும், புலங்களை தேடி தப்பியலையும் மனித மனத்தைப்பற்றியும் இந்த கவிதை குறிப்புணர்த்துகிறது. செறிவான கவிதை மொழியை உட்கொண்டிருக்கிறது மேற்கண்ட கவிதை. இதன் நீட்சியாக மற்றொரு கவிதை வேறுவிதமான கவிமன உணர்வோடு பிறக்காத நகரங்களின் பிறப்பு (The Birth of unborn cities) என்ற பெயரில் வெளியானது.

நான் பிறக்காத நகரங்களில் பிறந்தேன்

ஆனால் அரபு நகரங்களின் இலையுதிர் கால இரவில்
பிளந்து விட்ட இதயம் இறந்து விட்டது
கிரேனடாவில் என் காதலை புதைத்து விட்டேன்
நான் சொன்னேன்
காதலை தவிர மற்றவை வெற்றி பெறாது
நான் என் கவிதையை புதைத்து விட்டு இறந்து விடுகிறேன்.
நாடுகடத்தலின் பக்க நடையை நோக்கி
மரணத்திற்கு பிறகு உயர்ந்தெழுகிறேன்
இன்னும் பிறக்காத அந்த நகரத்தின் நிற மாறுதலுக்காக

அப்துல் வஹ்ஹாப் அல் பய்த்தி அரசியல் நெருக்கடிகள் மற்றும் வாழ்க்கை சார் தத்துவ தேடல் காரணமாக தன் வாழ்நாள் முழுக்க மிதத்தலில் இருந்த அனுபவத்தை, அதன் சாரத்தை, உக்கிரத்தை, உணர்வின் நீட்சியை மேற்கண்ட கவிதைகளில் குறிப்பீடாக வெளிப்படுத்துகிறார். எல்லா தப்பியலையும், புலம்பெயரும் துயரம் சார்ந்த மனிதனின் உள்ளீடு இது. மேற்கண்ட இரு கவிதைகளிலும் அகவய மற்றும் புறவய உள்விசாரணைகள் இருக்கின்றன. மேலும் இதனை குறிப்புணர்த்தும் மற்றொரு கவிதை தவறான விமர்சனம் என்பதான தலைப்பில் வெளிவந்தது.

தவறான விமர்சனம்

வார்த்தையின் புலத்தில் எலிகள்
கவிஞனின் மூளைக்குள் புதைந்து விடுகிறது
ஒரு சாம்பலின் புலத்தில்
நாடுதுரத்தலை நோக்கி கவிஞன்
சூரியனை தாங்கி பறந்தவனாக

பல்வேறு நாடுகளுக்கு புலம் பெயர்ந்த போதும், தன் தொடர்ச்சியான எழுத்தியக்கம் காரணமாக பல கவிதை, அரசியல் சார்ந்த நூல்களை வெளியிட்டார். இது குறிப்பிட்ட கால இடைவெளியில் வெளிவந்து அரபுலகிலும், மேற்குலகிலும் அதிகம் பேசப்பட்டது. பல்வேறு ஐரோப்பிய மொழிகளில் மொழிபெயர்க்கவும் செய்யப்பட்டது. Lilies and Death, The singer and the moon, Eye of the Sun, Love under rain மற்றும் Love, Death and Exile போன்றவை இவற்றுள் முக்கியமானவை. தன் வாழ்நாளில் பல்வேறு விதமான அதிகார துயரங்களுக்கு உள்ளான அல் பய்த்தி ஒரு தடவை அதுபற்றி இவ்வாறு குறிப்பிட்டார்.

"ஈராக்கிய அரசுடனான என் உறவு ஒரு போதும் சமரசம் கொண்டதல்ல. நான் ஈராக்கிய மக்களுக்கு சொந்தமானவன். அவர்களிடமிருந்து என்னை ஒரு போதும் பிரிக்கமுடியாது".

இந்நிலையில் தன் வாழ்நாளில் இறுதிப்பகுதியை சிரியாவில் கழித்த அப்துல் வஹ்ஹாப் அல்பய்த்தி அங்கு 1999ல் கண்டறியப்படாத நோய் காரணமாக மரணமடைந்தார். தன் படைப்புகள் மூலம் ஈராக்கின் இலக்கிய வரலாற்றில், அரபுக்கவிதையின் பயணத்தில் அப்துல் வஹ்ஹாப் அல் பய்த்தி இன்னும் தவிர்க்க முடியாத ஆளுமையாக தொடர்கிறார்.

அவரின் படைப்புகள்

- Mala'ika wa shayatin (Angels and Devils), 1950
- Abariq muhashshama, 1954
- Risala ila Hazim Hikmet wa quas'aid ukhra, 1956
- Al-Majd li al-atfal wa al-zaytun, 1956
- Ash'ar fi al-manfa, 1957
- Ishrun qasida min Berlin, 1959
- Kalimat la tamut, 1960
- Muhakama fi Nisabur, 1963
- Al-Nar wa al-kalimat, 1964
- Sifr al-faqr wa al-thawra, 1965
- Alladhi ya'ti wa laya'ti, 1966
- Al Mawt fi al Hayat, 1968
- Tajribati al-shi'riyya, 1968
- 'Ulyun al-kilab al-mayyita, 1969
- Buka'iyya ila shams haziran wa al-murtaziqa, 1969
- Al Kitaba al Teen, 1970
- Yawmiyyat siyasi muhtarif, 1970
- Qasaid hubb 'ala bawwabat al-'alam al-sab, 1971
- Sira dhatiyya li sariq al-nar, 1974
- Kitab al-bahr, 1974
- Qamar Shiraz, 1976
- Mamlakat al-sunbula, 1979
- Sawt al-sanawat al-daw'iyya, 1979
- Bustan 'A'isha, 1989
- Al-Bahr Ba'id, Asma'uh Yatanahhud (The Sea is Distant, I Hear It Sighing), 1998

ஈராக் கவிஞர் நாசிக் அல் மலாய்க்கா

வரலாற்று மற்றும் நாகரீக அறிவார்ந்த பாரம்பரியமிக்க ஈராக் தன் கால நகர்வில் பல அற்புதமான அறிவுஜீவிகளையும், படைப்பாளிகளையும் உருவாக்கிக்கொண்டே செல்கிறது. இவர்களுள் பெண் கவிஞரான நாசிக் அல் மலாய்க்காவும் ஒருவர். இவரின் கவிதைகள் அரபு இலக்கியத்தில் சிறந்த மைல்கல்லாக இருக்கின்றன. அரபுக்கவிதையின் நூறாண்டு பயணத்தில் மலாய்க்காவின் கவிதைகள் சிறந்த முன்மாதிரியாக இருக்கின்றன.

ஈராக்கின் தலைநகர் பாக்தாதில் இலக்கிய பாரம்பரியமிக்க குடும்பத்தில் 1923 ஆம் ஆண்டு பிறந்தார் நாசிக் அல் மலாய்க்கா. இவரின் தந்தை மற்றும் தாயார் ஈராக்கின் புகழ்மிக்க கவிஞர்கள். அவர்களின் இலக்கிய வாரிசாக பிற்காலத்தில் உருவெடுத்தார் மலாய்க்கா. இதன் காரணமாக இவரின் தாய்தந்தையர் மிக இளம்வயதிலேயே இலக்கிய ஆர்வத்தை அவருக்குள் துளிர்விட செய்தனர். இதன் தொடர்ச்சியில் தன் 10 ஆம் வயதிலேயே கவிதை எழுத ஆரம்பித்தார் மலாய்க்கா. பாக்தாதில் பள்ளிக்கல்வியை முடித்த மலாய்க்கா பின்னர் ஆசிரியர் பயிற்சியை முடித்தார். அதனோடு பட்டப்படிப்பையும் இணைத்துக்கொண்டார். பின்னர் இசையிலும் பட்டப்படிப்பை முடித்தார். தொடர்ச்சியாக ஒப்பீட்டு இலக்கியத்துறையில் முதுகலைக்கல்வியை 1959ல் அமெரிக்காவில் முடித்தார் மலாய்க்கா. இவை ஒட்டுமொத்தமாக மலாய்க்காவின் ஆளுமைத்திறனை வளர்த்தன. படைப்பூக்கத்திறனையும், கவித்துவத்தையும் இதன் மூலம் வளர்த்துக்கொண்டார். அமெரிக்காவில் உயர்கல்வியை முடித்து விட்டு ஈராக் திரும்பிய அவர் பாக்தாத் மற்றும் பஸ்ரா பல்கலைகழகங்களில் பேராசிரியராக பணிபுரிந்தார். அங்கு மாணவர்களுக்கு அரபி இலக்கியமும், விமர்சனமும் கற்பித்தார். தன் சக பணியாளராக இருந்த அப்துல் ஹாதி மஹ்பூப் என்பவை திருமணம் செய்து கொண்டார். கல்விபுலம் அவருக்கு சிறந்த படைப்பாளிக்கான பெரும் தூண்டலை அளித்தது.

அங்கிருந்து தொடர்ச்சியாக கவிதைகளை எழுத ஆரம்பித்தார். இதன் தொடர்ச்சியில் 1947ல் அவரின் முதல் கவிதை தொகுதியான Night's Lover வெளிவந்தது. ஷேக்ஸ்பியர் மற்றும் ஷெல்லியின் தாக்கம் அதில் அதிகமாக வெளிப்பட்டது. பின்னர் இரண்டாண்டுகளுக்கு பிறகு அடுத்த தொகுதியான Sparks and Ashes வெளிவந்தது. இது அப்போது வரை நிலவிய அரபுக்கவிதைகளின் மரபை உடைத்து புதிய மொழி நுட்பத்தோடும், படிமத்தோடும் உள்ளியைந்து காணப்பட்டது. இதன் தொடர்ச்சியில் ஈராக்கிற்கு வெளியே இவரின் பெயர் பரவலானது. பின்னர் 1957ல் அடுத்த தொகுப்பாக Bottom of wave வெளிவந்தது. மேற்கண்ட இரு தொகுப்புகளிலிருந்தும் வேறுபட்ட வடிவில், உள்ளடக்கத்தில் சிறந்ததாக இருந்தது. இதன் கவிதை மொழி அரபு இலக்கியத்தின் அடுத்த கட்ட பரிணாமமாக இருந்தது. பின்னர் 1968ல் இவரின் Tree of the moon வெளிவந்தது. தன் தொடர்ச்சியான இயக்கத்தின் மூலம் அரபுலக கவிதைகளில் தனக்கான இடத்தை அடைந்தார் மலாய்க்கா. மேலும் சதாமின் ஆட்சியில் ஏற்பட்ட நெருக்கடி காரணமாக 1970ல் குவைத்திற்கு புலம்பெயர்ந்தார் மலாய்க்கா. மனித வாழ்வின் துயரத்தை, தாபங்களை, அந்நியமான தவிப்புகளை, துக்கங்களை, வாழ்விலிருந்து எப்போதும் பிரிக்க முடியாத வலிகளை தன் கவிதைகளில் வெளிப்படுத்தினார் மலாய்க்கா. அவரின் வலிகள் பற்றிய கவிதைகள் முக்கியமானவை. சராசரியான படிமங்களிலிருந்து மிகவும் வேறுபட்டவை.

இரவுகளில் துக்கத்தையும், வலியையும் தருகிறது.
இட்டு நிரப்புகிறது கண்களை தூக்கமற்றதாக
நம் வழியை நாம் கண்டவோம்
ஒரு மழை பெய்யும் காலையில்
இது கொடுக்கிறது காதலுக்கு வெளியே
பரிதாபத்தில் ஒரு பக்கவாதமாக, சிறிய மூலையாக
நம் துடிக்கும் இதயத்தில்

மேற்கண்ட கவிதையில் சராசாரி வாழ்க்கையின் இயல்பான நெடித்தனமும், நாட்களின் நகர்விலிருந்து உருவாகும் வலியும், ரணமும் வெளிப்படுகிறது. அரபுலகச்சூழலில் இது பிராந்தியங்களின் ஸ்திரமற்ற தன்மையையும், மனித வாழ்வின் ஒழுங்குலைவையும் குறிக்கிறது. இதன் தொடர்ச்சியில் மேற்கண்ட கவிதை பின்வருமாறு விரிகிறது.

இது நம் வழியை விட்டு விலகுவதோ அல்லது மறைவதோ இல்லைஎங்களை பின்தொடர்கின்றன உலகின் மூலைகள்

குடிக்க ஒரு துளி கொடுக்காமல் மட்டும் இருந்தால்
அது துயர விடியல்
இது எங்களின் இரவுகளை துக்கமாக , வலியாக
இட்டுநிரப்புகிறது கண்களை தூக்கமற்றதாக

சராசரி மனித வாழ்வை வெறுமனே துயரம் நிரம்பியது என்றுதட்டையாக மொழிந்து விட்டு செல்லாமல் அதனை பன்முக இயங்கு தளங்களில், மனித வாழ்க்கையின் அலகுகளை, அதன் நிகழ்வுகளை தொட்டு விட்டு செல்கிறது. வாழ்வின் சோக டைரி என்று கூட இவரின் வலி கவிதைகளை சொல்ல முடியும்.

மலாய்க்காவின் இலக்கிய பயணம் மிகுந்த எதிர்பார்ப்புகளையும், சவால்களையும் உட்கொண்டிருந்தது. 60- 70 க்கு இடைப்பட்ட காலத்தில் அவர் பல்வேறு விமர்சனபூர்வ எத்தனிப்புகளை முன்னெடுத்தார். அரபு நாட்டின் இளம் எழுத்தாளர்கள் மேற்குலகின் போக்குகளை விமர்சனமற்று கண்மூடித்தனமாக பின்தொடர்வதை மலாய்க்கா எதிர்த்தார். மேலும் பெண்களின் அடங்கிபோதல், நேர்மறையான ஒழுக்க நிலை, சாந்த மனநிலை மற்றும் பெண் உடல் குறித்த பல விரிவுரைகளை நிகழ்த்தினார். பிளவுற்ற அரபு சமூகம் என்ற தலைப்பில் அவர் ஆற்றிய உரையானது தொடர்ந்து பலதரப்பிலிருந்தும் விவாதிக்கப்பட்டது. அரபி, ஆங்கிலம், பிரெஞ்சு மற்றும் ஜெர்மன் ஆகிய நான்கு மொழிகளில் தேர்ச்சி பெற்ற மலாய்க்கா அதன் மூலம் அரபு இலக்கியத்தை மற்ற மொழிகளுக்கு கொண்டு செல்ல முடியும் என்று நம்பினார். இதன் தொடர்ச்சியில் அரபு பத்திரிகைகளில் பல கட்டுரைகளை எழுதினார். அரபு பெண்கள் தங்களுக்கான தனித்துவத்தையும், ஆளுமைத்திறனையும் உணர வேண்டும் என்றார். இது தொடர்பான அவரின் கலகக்கவிதைகள் தொடர்ந்தன

சூரியனுக்கு எதிரான கலகம்
அவள் சூரியனுக்கு முன்பாக உட்கார்ந்தாள் புலம்புகிறாள்
சூரியனே 'நீ என் கலகமான இதயத்தை போன்றவன்'
வாழ்க்கையை தொலைத்து விட்டவருக்காக
எப்போதும் ஒளியை போன்று புதுப்பிக்கப்பட்டவருக்காக
நட்சத்திரங்களை குடிக்க கொடுங்கள்
கவனம்! குழம்பிய சோகம் வேண்டாம்
அல்லது வழியும் கண்ணீர் உன்னை ஏமாற்றலாம்
சோகமே என் கலகத்தின் எதிர்ப்பின் வடிவம்
இரவின் அடிவாரத்தில், தூய்மையே என் சாட்சி

அரபுச்சூழலில் அடித்தள மற்றும் ஒடுக்கப்படும் பெண்களின் வலிகளை, துயரங்களை, துக்கங்களை சூரிய படிமமாக உணர்த்துகிறது மேற்கண்ட கவிதை. சில்வியா பிளாத் கவிதைகளில் கூட நாம் இந்த கலக படிமத்தை உணர முடியும். சில நேரங்களில் கவிதைகளின் படிமங்கள் உணர்த்தும் அரசியல் மிகுந்த வலிமைமிக்கது. அதிகாரத்தை நோக்கிய கேள்வியை உட்கொண்டது.

அரபுலகில் மலாய்க்கா சிறந்த கவிஞராக மேலெழுந்த காலத்தில் அவருக்கு இரு விதமான சவால்கள் காத்திருந்தன. ஒன்று அதுவரையிலும் அரபுலகில் கவிதை என்று அறியப்பட்ட மரபான பாடல் வகை. மற்றொன்று கெட்டியாக உறைந்திருந்த பழமைவாதம். இரண்டையும் எதிர்கொள்வது அவரை பொறுத்தவரை மிக கடினமாக இருந்தது. மரபான பாடல்வகை கவிதை மரபை உடைப்பதற்கு மலாய்க்கா Free verse என்ற தலைப்பில் எழுதினார். அது அன்றைய அரபு கவிதை உலகில் பெரும் அதிர்வுகளை உருவாக்கியது. மேலும் காலாரா என்ற தலைப்பில் மற்றொரு அ-மரபு கவிதை வெளியானது. அதன் தொடர்ச்சியில் அரபு இலக்கியத்தில் புதுக்கவிதை உலகம் முன்னோக்கி நகர்ந்தது. தமிழில் வானம்பாடி கவிதை இயக்கத்திற்கு சற்று முன்பாகவே இந்த நகர்வு நடந்தது.

ஈராக்கிலிருந்து குவைத்திற்கு புலம்பெயர்ந்த மலாய்க்கா அங்கு 1990 வரை இருந்தார். பின்னர் குவைத் மீதான சதாமின் போர் காரணமாக எகிப்தின் தலைநகர் கெய்ரோவிற்கு புலம் பெயர்ந்தார். இதன் காரணமாக அவரின் எழுத்து இயக்கத்தில் சிறிது காலம் தொய்வு ஏற்பட்டது. பின்னர் 1999ல் மீண்டும் எழுதத்தொடங்கினார். பிந்தைய கட்டத்தில் மலாய்க்கா அதிகமும் தனிமையை தான் விரும்பினார். அவரின் சமூக உறவு மிக குறைவாக இருந்தது. பின்னர் இதனைப்பற்றி எழுதும் போது மலாய்க்கா இவ்வாறு குறிப்பிட்டார். "என் மனவோட்டத்தை, உணர்ச்சிகளை மற்றவர்கள் போன்று வெளிப்படுத்த இயலாதவளாக இருக்கிறேன். நான் தனிமையை, மௌனத்தை, சங்கோஜத்தை தேர்ந்தெடுத்திருக்கிறேன். நான் இதை குறிப்பிட்ட தருணத்தில் என் இயல்பிலிருந்து உடைக்க முயற்சிக்கிறேன். அவ்வாறு செய்யும் போது எனக்குள் அது பெரும் போராட்டமாக இருக்கிறது. ஓர் அடி முன்னே நகரும் போது பல அடிகள் பின்னோக்கி நகர்கிறேன். இது எனக்குள் நீண்டகால போராட்டமாக இருந்து கொண்டிருக்கிறது". புலம்பெயர் வாழ்க்கை அவருக்கு அளித்த பெரும் நெருக்கடிகளின் விளைவே அவர் தேர்ந்தெடுத்த தனிமை. மேலும் மலாய்க்கா பல ஆண்டுகளாக இனம்புரியாத நோயால் பாதிக்கப்பட்டார்.

இதற்காக மருத்துவமனையில் சிகிட்சை எடுத்துக்கொண்டார். இருந்தும் தொடர்ச்சியாக எழுதிக்கொண்டும், தொகுப்புகள் வெளியிட்டு கொண்டும் இருந்த மலாய்க்கா 2007 அக்டோபரில் தன் 85 ஆம் வயதில் மரணமடைந்தார். ஈராக்கிய எழுத்தாளர்கள் இவரை ஈராக்கில் தொடர்ந்து வாழும் இலக்கிய குறியீடு என்றனர். அரபுலகின், ஈராக்கின் இலக்கிய வரலாற்றில் மலாய்க்கா ஒரு வாழும் இலக்கிய சாட்சி தான். அவரின் புத்தாண்டு குறித்த கவிதை அரபு இலக்கிய உலகில் அதிகம் பேசப்பட்டது. பின்வருமாறு வெளிப்பட்டது.

புத்தாண்டு நகர்கிறது அங்கே பாதையில்
உங்கள் பாதச்சுவட்டை நோக்கி
நாம் தமனிகளின் கடின நாணல்கள்
சோகம் நமக்கு அறிவதில்லை
நாம் இறக்க விரும்புகிறோம், கல்லறையால் நிராகரிக்கப்படுகிறோம்.
நாம் வரலாற்றை எழுத விரும்புகிறோம் வருடத்தால்
நாம் மட்டும் அறிந்திருக்கிறோம் இடத்தின் எல்லை எதுவென்று
அறிந்திருக்கிறோம் குளிர்காலம்
பனிக்கட்டியை கொண்டுவருமென்று
நம் முகம் இருளால் பொதியப்படும்
நம் நினைவால் அல்லது நம்பிக்கை அல்லது தாபங்கள்
தடைசெய்யும் நம் நாட்டை அதன் பாதையிலிருந்து
நமக்கு மனநோய் பற்றிய பயம் இருந்தால்